# बेडटाइम स्टोरी

## किरण नगरकर यांची प्रकाशित पुस्तके

### मराठी

सात सक्कं त्रेचाळीस (१९७४)

रावण आणि एडी (अनुवाद : रेखा सबनीस) (१९९६)

प्रतिस्पर्धी (अनुवाद : रेखा सबनीस) (२००८)

द एक्स्ट्राज (अनुवाद : रेखा सबनीस) (२०१७)

### इंग्रजी

Seven Sixes are Forty-three (1980)

Rawan And Eddie (1995)

Cuckold (1997)

God's Little Soldier (2006)

The Extras (2012)

The Bedtime Story And Black Tulip (2015)

Rest in Peace (2015)

# बेडटाइम स्टोरी

किरण नगरकर

पॉप्युलर प्रकाशन, मुंबई

'बेडटाइम स्टोरी' हे एक काल्पनिक नाटक असून या नाटकातील सर्व व्यक्तिरेखा, त्यांची नावे, मानवसमूह आणि जाती-वर्ण, व्यवसाय, घटना-प्रसंग, स्थळे-ठिकाणे हे सर्व लेखकाच्या कल्पनेतून साकारलेले आहे किंवा त्याला कल्पनेची जोड दिलेली आहे. या सर्वांचे वास्तवातील जिवंत अथवा मृत व्यक्तींशी किंवा वास्तविक घटना-प्रसंगांशी कोणतेही साम्य आढळल्यास तो निव्वळ योगायोग समजावा. नाटकातील अनेक वर्णने, संवाद, मनोगते ही व्यक्तिरेखांच्या मनातील विचार म्हणून येतात. त्या विचारांशी लेखक, लेखकाचे वारसदार, प्रकाशक, मुद्रक सहमत असतीलच असे नाही.

---

बेडटाइम स्टोरी
(म-१३०१)
पॉप्युलर प्रकाशन
ISBN 978-81-948714-8-4

BEDTIME STORY
(Marathi : Play)
Kiran Nagarkar

© २०२१, तुलसी वत्सल
नरेश फर्नांडिस, सुहेल शाह

पहिली आवृत्ती : २०२१/१९४३

मुखपृष्ठ : संदीप देशपांडे

प्रकाशक
हर्ष भटकळ
पॉप्युलर प्रकाशन प्रा. लि.
३०१, महालक्ष्मी चेंबर्स
२२, भुलाभाई देसाई मार्ग
मुंबई ४०० ०२६

अक्षरजुळणी
स्वाती अमरे
कांदिवली (प.)
मुंबई ४०० ०६७

मुद्रक
श्री जे प्रिंटर्स प्रायव्हेट
लिमिटेड १४१६, सदाशिव पेठ
पुणे ४११ ०३०

या नाटकाचे प्रयोग, रूपांतर
भाषांतर, दूरदर्शनमालिका व्हीसीडी
डीव्हीडी, चित्रपट ई-बुक्स रूपांतर
इत्यादी संदर्भातील सर्व हक्क
तुलसी वत्सल, नरेश फर्नांडिस
सुहेल शाह यांच्या स्वाधीन असून
परवानगी आणि परवानगी-मूल्य या
संदर्भात तुलसी वत्सल ९, फिरदोस
४७ ए, भुलाभाई देसाई रोड
मुंबई ४०० ०२६
या पत्त्यावर पत्रव्यवहार करावा

# प्रास्ताविक

## किरण नगरकर

एखादे नाटक, पेंटिंग, सुरावट किंवा कोणतीही एक कलाकृती जन्माला येण्याची योग्य वेळ अशी काही असते का? कदाचित असते, पण बहुधा कालांतराने मागे वळून पाहतानाच ती लक्षात येत असावी. मागे वळून पाहताना मला वाटते, 'बेडटाइम स्टोरी' घडून येण्याकरता अशा अनेक गोष्टी एकाच वेळी एकत्र आल्या आणि त्यांनी अज्ञान आणि आत्मसंतुष्टतेच्या ग्लानीत असणाऱ्या मला एक जोरदार धक्का देऊन जागे केले.

त्यांपैकी काही नोंदवून ठेवण्याचा मी प्रयत्न करतो. १९६०-७० च्या दशकामध्ये भारतात परदेशी मासिके फारशी उपलब्ध नसत. अर्थात जी काही थोडीफार होती, ती तशीही मला परवडू शकणार नव्हतीच. फक्त 'टाइम' आणि 'न्यूजवीक' मला वाचता येत; त्यांचेही जुने, तारीख उलटून गेलेले अंक. मी त्या वेळी ज्या एजन्सीत काम करत असे, तिथल्या काही उच्चपदस्थ मॅनेजर्सनी वाचून झाल्यावर टाकून दिलेले. अथपासून इतिपर्यंत सगळे विनातक्रार वाचून काढणारा माझ्याइतका चांगला वाचक दुसरा नसेल. जुन्या मूल्यांना महत्त्व देणाऱ्या पत्रकारितेच्या पठडीत मी वाढलेला असल्याने वर्तमानपत्रात वाचलेल्या प्रत्येक शब्दावर माझा विश्वास असे. व्हिएतनामच्या युद्धाची वेगाने वाटचाल सुरू होती; चीनमधली सांस्कृतिक क्रांती ऐन भरात होती आणि अमेरिका नेहमीप्रमाणेच ज्या कामात तिला उत्तम गती आहे, ते काम करण्यात मग्न होती. ते म्हणजे आपल्याला प्रत्येक पातळीवर किती शौर्याने कम्युनिझमच्या बागुलबुवाचा सामना करण्याचे काम करावे लागत असल्याचा आव आणणे, मग भलेही खरी युद्धभूमी हजारो मैल दूर व्हिएतनाममध्ये असली तरी काय फरक पडतो!

आणि मग अगदी अचानक मला तीन चरित्रे वाचण्याची संधी मिळाली. पहिले होते हेन्री लूस याचे. 'टाइम' आणि 'लाइफ'चे प्रकाशन साम्राज्य उभारण्याच्या

कामात ज्याचा प्रमुख हातभार होता तो. त्या काळातला अमेरिकेमधला सर्वांत प्रभावशाली नागरिक म्हणून त्याचा बोलबाला होता. त्याच्या चरित्राने माझे डोळे उघडले एवढेच आता म्हणू शकतो. मला यापेक्षा कितीतरी अधिक काहीतरी म्हणायचे आहे, पण ते काय असू शकते, हे मी तुमच्या कल्पनाशक्तीवर सोपवतो.

यातून मी शिकलो ती पत्रकारितेची तीन मुख्य तत्त्वे. तुम्ही जे पाहाल त्याचाच वृत्तान्त द्या; जे पाहू इच्छिता त्याचा नाही आणि द्याल तो जितका जास्तीतजास्त शक्य असेल तितका द्या, त्यात वस्तुनिष्ठता असू द्या. यांचा हेतुपुरःसर आणि पुन्हा पुन्हा 'टाइम' आणि 'लाइफ' मासिकांच्या वरिष्ठांकडून अवमान केला गेला. नाही, खरेतर केवळ यामुळेही त्या माणसाच्या वर्णनाला योग्य तो न्याय मिळत नाही आहे, त्याचे कर्तृत्व यापेक्षाही कितीतरी अधिक आहे. उदाहरण द्यायचे तर, चँग-कै-शेक याच्या संदर्भात थिओडोर व्हाईटने जे अत्यंत महत्त्वाचे वृत्तान्त दिले त्यांच्याकडे लूसने बिनदिक्कत दुर्लक्ष केले, त्या जागी धादान्त खोट्या बातम्या दिल्या. थिओडोर त्याच्या अतिशय आदरणीय पत्रकारांपैकी एक होता. मार्क्सवादी सरकारबद्दल काहीच चांगले त्यातून दिसू नये, हा हेतू. मग त्या वृत्तान्तांमध्ये कितीही तथ्य का असेना. त्यानंतर आता त्यात काही बदल झाला असेल असे मानणे हा मूर्खपणा होईल.

आजही वृत्तपत्रे आणि टीव्ही चॅनल्स तेव्हाइतक्याच सहजतेने खोटे बोलतात आणि त्यांच्या दृष्टिकोनाला विरोध करणाऱ्या मतांना, वृत्तान्तांना नियमितपणे दडपून टाकतात. उदाहरणार्थ, बहुतेक अमेरिकन टीव्ही चॅनल्सनी २०१४च्या मे महिन्यात ठासून सांगितले की बॉम्बिंग करून गाझाला नकाशावरून नाहीसे करण्याचा इस्राएलला पूर्ण अधिकार आहे. कारण हमासने इस्राएलवर शेकडो रॉकेट्सचा अग्निवर्षाव केला होता. (त्यांना इस्राएलमधला एकही निशाणा गाठता आला नव्हता, हे सहज जाता जाता आठवले.) आणि त्यानंतर इस्राएलला नियमित शस्त्रपुरवठा करणे, हे अमेरिकेचे पवित्र कर्तव्य आहे. मग साहजिक आहे की, गेली अनेक वर्षे गाझा हा खुला तुरुंग बनलेला आहे आणि इस्राएलच्या परवानगीशिवाय एकाही गाझा नागरिकाला तिथून बाहेर पडता येत नाही. या गोष्टीमुळे काहीच फरक पडत नाही. त्यांना काही व्यवसाय करता येत नाही. किनारपट्टीपासून तीन मैल पलीकडे त्यांना मासेमारी करता येत नाही. परदेशातून कोणतेही खाद्यपदार्थ मागवता येत नाहीत. त्यांचा स्वतःचा असा एकही विमानतळ किंवा बंदर नाही; तातडीची गरज असलेली औषधे त्यांना मागवता येत नाहीत; इस्राएली सरकारच्या परवानगीवाचून त्यांना कारखान्याकरता लागणारी यांत्रिक सामग्रीही बाहेरून मागवता येत नाही.

अगदी अपघातानेच मी लूस, हो चि मिन्ह आणि फिडेल कॅस्ट्रो यांची आत्मचरित्रे वाचली. स्ट्रँड बुक स्टॉलला दिलेल्या एका भेटीत ती माझ्या हातात पडली. त्या

वेळी पोटापुरते पैसे कमावण्याच्या विवंचनेत मी गुंतलो होतो. आंतरराष्ट्रीय बातम्या माझ्यापर्यंत पोहचण्याचा काहीच मार्ग नव्हता. त्यामुळे व्हिएतनामचा इतिहास किंवा तिथल्या निवडणुका यांच्याबद्दल मला अगदीच पुसटशी माहिती होती. त्यामुळे फ्रेंचांना, जे दूर अंतरावरून व्हिएतनामवर सत्ता गाजवत होते, स्थानिक स्वातंत्र्यसैनिकांच्या एका रक्तरंजित लढाईनंतर देश जबरदस्तीने सोडून जावे लागले, ही गोष्ट माझ्याकरता आश्चर्याचा धक्का होती. पण खरा धक्का होता तो याचा की हो चि मिन्ह हे त्याच देशात लोकशाही मार्गांनी निवडून आले होते. आणि सगळ्या आधुनिक लोकशाही राष्ट्रांची जन्मदात्री म्हणून प्रसिद्ध असलेल्या अमेरिकेने ठरवले की हे लहानसे, नव्याने स्वतंत्र झालेले आणि त्यांच्यापासून हजारो मैल दूर असलेले राष्ट्र त्यांच्या अस्तित्वाला आणि सार्वभौमत्वाला धोका पोहचवू शकणार आहे; इतकेच नव्हे तर त्यांनी त्यांच्यावर हल्ला चढवला आहे. माझे अज्ञान खरोखर महान होते.

माझ्या राजकीय शिक्षणातला पुढचा धडा होता फिडेल कॅस्ट्रो आणि क्यूबा यांचा. राष्ट्राध्यक्ष बटिस्टा यांच्याबद्दल मी अंधूक ऐकले होते. हा भ्रष्ट अध्यक्ष अमेरिकेच्या हातातले बाहुले होता आणि त्याच्या देशाकरता एक दुःस्वप्न. मी शिकलो धैर्य, निर्धार आणि निव्वळ नशीब किंवा योग्य वेळ यांच्या समुच्चयातून कसे फिडेल कॅस्ट्रो, चे गव्हेरा आणि एका लहानशा लढवय्या चमूने राष्ट्राध्यक्ष बटिस्टा यांना सत्तेवरून दूर केले. फिडेल आणि चे दोघेही निष्ठावान मार्क्सवादी, खुल्या बाजारपेठेला पाठिंबा असणाऱ्यांच्या दृष्टीने हा गुन्हाच, पण ते दोघे त्यांच्या लोकांना रक्तपिपासू आणि बनावटी सरकारच्या विळख्यातून, जे त्यांच्या सर्वशक्तिमान शेजाऱ्यांच्या नियंत्रणाखाली होते, मुक्त करणार होते. मला खात्री आहे जर अमेरिकेने इतका कट्टर विरोध केला नसता आणि त्यांनी कॅस्ट्रोंना सत्तेवरून उलथून टाकण्याचे इतके सतत प्रयत्न केले नसते, त्याऐवजी जर क्यूबाशी मित्रत्वाचे संबंध ठेवले असते, तर कम्युनिस्ट हुकूमशाही थोड्याच काळात लोकशाही बनली असती. मी हे लिहीत असतानाच अमेरिकेचे राष्ट्राध्यक्ष ओबामा यांनी आपला चेहरा बदलला आणि अमेरिका-क्यूबा यांच्यातले संबंध पन्नास वर्षांनंतर पुन्हा सुरळीत झाले.

### 'बेडटाइम स्टोरी' लिहिण्यासंदर्भात

'बेडटाइम स्टोरी'ला कारणीभूत आहे माझ्या अज्ञानीपणाचा काहीसा उशिरा झालेला परंतु वेदनादायी असा अंत. मी जाहिरात क्षेत्रात काम करत होतो, खोटेपणाने सडलेला, लोकांना भुलवण्याकरता आणि फसवण्याकरता बदनाम असलेला हा व्यवसाय. दुसऱ्या बाजूला प्रामाणिकपणा, सचोटीबद्दलही त्याची प्रशंसा केली जाते. Now the scales had fallen off my eyes, at least superficially. कारण चोवीस तास होणारा माध्यमांचा कपटी हल्ला आणि त्यांच्या मालकांचे छुपे वैयक्तिक

हेतू टाळणे अशक्य आहे. पण निदान भोवती जो भयानक अन्यायाचा अत्याचार चाललेला आहे त्यात आता माझ्या असभ्यपणाचा सहभाग न देण्यापुरता तरी मी जागा झालो. खरेतर, असभ्यपणापेक्षाही काहीतरी जास्त वाईट असू शकते याची मला जाणीव झाली. सत्याकरता झालेला उद्रेक जितक्या वेगाने उफाळला, तितक्याच वेगाने ओसरलाही. मात्र माझ्या चिंतनाच्या परिणामी मी वैयक्तिकरीत्या माझ्या कृत्यांची जबाबदारी स्वीकारणारा बनलो, जे पुढील वर्षांत माझ्या जीवननामक व्यवसायाचा मूलभूत नियम बनले.

या मनोवस्थेत असताना मी माझे पहिले नाटक 'बेडटाइम स्टोरी' लिहायला सुरुवात केली. मला आधी हे सांगायला हवे की मी वृत्तीने रासवट (philistine) आहे, शिवाय साहित्यिक आणि व्यावसायिकता परस्परांपासून फटकून राहणारे नाहीत यावर माझा विश्वास आहे. मला माझ्या वाचकांचे किंवा प्रेक्षकांचे मनोरंजन करायची इच्छा आहे; (आणि त्याकरता जॉर्जेस फ्येदोसारखी विनोदी प्रहसने लिहायची गरज नाही. मी त्यांचा फार मोठा चाहता असलो तरीही.) त्यांच्या मनाला चालना द्यायची आहे आणि जर शक्य असेल तर त्यांना माझ्यासोबतच आत्मपरीक्षण करायला उत्तेजन द्यायचे आहे. माझ्यापुढचा आदर्श कायमच सॅम्युअल टायलर कोलेरिजचे 'एनशियंट मरिनर' आहे; जो लग्नातल्या पाहुण्यालाही पकडून त्याला गुंगवून ठेवतो, मग भले तो पाहुणा सुरुवातीला कितीही निरुत्साही असेना. पण मला असेही तीव्रतेने वाटत होते की 'बेडटाइम स्टोरी'मध्ये ज्या विषयाला हात घालायचा आहे त्यात माझ्या वैयक्तिक नियमांचे उल्लंघन होता कामा नये : उघड (बटबटीत) संदेश द्यायचे नाहीत आणि उपदेश करायचा नाही. मला जे सांगायचे आहे त्यात जर थोडेही तथ्य असेल आणि कथा प्रभावीपणे आणि विश्वासाने सांगितली, जसे सावकाश आठवड्यांनी किंवा महिन्यांनी शरीरात झिरपत जाणारे औषध असते तशा प्रकारे त्याचा जास्त चांगला, उपयुक्त प्रभाव नक्की पडेल. हे बरोबर किंवा चूक असू शकते, पण माझे असे मत आहे की खोलवर दडवलेल्या गोष्टी जास्त परिणामकारक असतात.

लिखाण आकर्षक आणि वाचकाला जखडून ठेवणारे करणे हे माझे कर्तव्य होते. मला प्रेक्षकाला पहिल्या संवादापासूनच इतके गुंतवून ठेवायचे होते की त्याला अगदी शेवटी लक्षात यायला हवे की 'बेडटाइम स्टोरी'मध्ये घडणाऱ्या घटनांना निष्क्रियतेने पाहत राहण्याची किंमत मोठी आहे आणि ती त्यांना मोजावी लागणार आहे. माझा मुद्दा पोहचवण्याकरता मी महाभारतामधल्या कथांचा माध्यम म्हणून वापर केला. एक अस्वस्थता जी आपल्या बहुतेकांच्या मनात आहे : औदासीन्य. (योगायोगाने, मी पुन्हा पुन्हा माझ्या बहुतेक लिखाणात याच संकल्पनेचा वेध घेत राहतो. माझ्या 'ककल्ड' या कादंबरीमध्ये महाराज कुमार खिन्नतेने म्हणतो, ''किती मनोधैर्याने

आपण दुसऱ्यांच्या दुर्दैवाचा भार वाहतो.'') महाभारत हे भारतीय उपखंडातले एक जिवंत महाकाव्य आहे ही गोष्ट माझ्या बाजूची होती. प्रत्येक भारतीयाच्या – हिंदू, मुसलमान, ख्रिश्चन किंवा बुद्ध धर्मीय अशा प्रत्येकाच्या – रक्तातून ते वाहत आहे. पण मी ठरवले की मी त्या कथांमध्ये आणि त्यावरच्या माझ्या भाष्यामध्ये आजवर स्थिर असलेल्या धारणांना हलवून सोडणारे बदल करेन.

१९७५ साली जेव्हा इंदिरा गांधींनी देशात आणीबाणी घोषित केली आणि संसदेला बहाल केलेले सगळे अधिकार रद्द केले आणि ते सगळे अधिकार स्वत:कडे आणि स्वत:च्या धाकट्या मुलाकडे वळवणारी न्यायसंस्था नव्याने स्थापन केली. त्या वेळी अन्यायाविरुद्ध उभे ठाकण्याची आणि आवाज उठवण्याची संकल्पना आणि ''आपण काय करू शकतो,'' या मानसिक वृत्तीचे धक्कादायक परिणाम यांना अत्यंत महत्त्व आले.

१९७७ सालात कधीतरी मी 'बेडटाइम स्टोरी' लिहून संपवली. आणीबाणी त्यानंतर लगेचच रद्द झाली होती आणि मला वाटले, माझ्या नाटकाद्वारे मी जो दंश करू इच्छित होतो त्यात आता काही विखार उरला नाही. पण मी अगदीच चूक ठरलो. याआधी कधीही नव्हता एवढा समर्पक अर्थ आता त्याला प्राप्त झालेला आहे. आयुष्यात जगण्याची अशी दुसरी संधी क्वचितच कोणाला मिळते. विशेषत: आयुष्य किती मौल्यवान आहे याची जाणीवच उशिरा झाली आहे त्याला. मात्र आपणाला, भारतीय लोकांना ही दुसरी संधी मिळाली कारण श्रीमती इंदिरा गांधींनी आपल्या कारकिर्दीतली सर्वांत मोठी चूक केली. त्यांचा अंदाज चुकला. त्यांनी निवडणुका घेण्याचा निर्णय घेतला. विरुद्ध पक्षाचे नेते जनता पार्टीच्या झेंड्याखाली एकत्र आले आणि त्यांनी निवडणुकीत अभूतपूर्व असा विजय प्राप्त केला. केंद्रात पहिल्यांदाच सत्ता स्थापन करण्याची संधी त्यांना मिळाली. आपल्या वचनांना चांगल्या रीतीने निभावून जनतेला नवे सरकार हे उत्तम लोकशाही राज्यकारभार करून दाखवू शकते, हे सिद्ध करण्याऐवजी ते आपापसातल्या भांडणातच मग्न झाले. पंतप्रधान कोण होणार यावर त्यांच्यात एकमत नव्हते आणि इंदिरा गांधींना आणीबाणी जाहीर केल्याबद्दल काय शिक्षा दिली जावी, यावरही. आणि बघता बघता केवळ तीन वर्षांतच इंदिरा गांधी पुन्हा सत्तेवर आल्या.

मला जे आकलन झाले आणि माझ्या प्रेक्षकांना मी जे सांगू इच्छित होतो ते हे की जर दुष्कृत्यांची दखल घेतली नाही तर राज्यघटनेतला भ्रष्टाचार, मूलभूत मानवी हक्कांची पायमल्ली, अमानुषता, हिंसा, द्वेष, गैरसमज, अल्पसंख्याकांचे राक्षसी विरूपीकरण या गोष्टी अटळ ठरतात. काही निश्चित भूमिका घ्या, आपला आवाज उंचावून त्याची दखल घ्यायला भाग पाडा. आपण निष्क्रिय राहिलो तर होणाऱ्या घटनांना, परिणामांना आपणही बरोबरीने जबाबदार ठरतो. हेडी एप्स्टिन हा नव्वद

वर्षे वयाचा स्पष्टवक्ता, ज्यू राजकीय कार्यकर्ता २०१४ साली इस्राएलींनी पॅलेस्टिनींच्या केलेल्या धक्कादायक कत्तलीच्या प्रसंगानंतर म्हणाला होता, ''जो कोणी नुसतेच निष्क्रिय उभे राहून हे पाहतो आहे, तो या घडणाऱ्या कृत्यात सहभागी आहे.''

**आम्हाला अजिबात फिकीर नाही**

बॉम्बहल्ल्यामध्ये घर उद्ध्वस्त झालेली ती इराकी स्त्री मला आठवते. तिचे संपूर्ण कुटुंब त्यात ठार झाले. दु:खाने वेडीपिशी झालेली ती, हा प्रसंग चित्रित करणाऱ्या अमेरिकन टीव्हीच्या कर्मचाऱ्याकडे मदतीची याचना करत होती. आपले वाक्य बोलता बोलता अचानक अर्धवट सोडत ती थांबली आणि तिने विचारले, ''मी तुझ्याशी का बोलते आहे? मला माहीत आहे, तुला किंवा जगातल्या इतर कोणालाही जे काही आमच्या बाबतीत घडत आहे त्याची कसलीही फिकीर पडलेली नाही.''

अर्थातच तिचे बरोबर होते. कोणालाही काहीच पडलेली नसते. टीव्हीचे लोक तिथे योगायोगाने येऊन ठेपले होते आणि तिच्या बाबतीत जे घडले त्याची एक छानपैकी सनसनाटी बातमी बनू शकत होती. भारतात किंवा जगात इतरत्रही काही वेगळे घडत नाही. आपल्या देशात जे काही चाललेले आहे त्याची क्वचितच कोणी दखल घेते, किंवा अगदी आपल्या डोळ्यांसमोर जे चाललेय त्याचीही. पोर्श किंवा मर्सिडिजमधला एखादा जेव्हा गर्दीच्या रस्त्यावर आपल्या गाडीतून उतरताना वाटेत मधेच आलेल्या सायकल चालवणाऱ्याला, केवळ तो वेळीच बाजूला झाला नाही म्हणून ठोकर देतो तेव्हा हे दृश्य आपण अविश्वसनीय अशा संयमाने फक्त निरखतो. एखाद्याचे अत्यंत अक्षम्य वर्तन आपण सहजरीत्या मनाआड करतो. ठळक मथळ्यात छापून आलेल्या गुन्ह्याच्या बातम्या, उदाहरणार्थ, थंड रक्ताने केलेली, पूर्वनियोजित अशी हजारो शिखांची निर्घृण हत्या आणि छळ. कारण काय तर १९८४ साली इंदिरा गांधींची हत्या केलेला सुरक्षारक्षक शीख होता. त्या वेळी ऐकलेले याचे समर्थन, ''जेव्हा एखादा भव्य वृक्ष कोसळतो...'' आम्ही हजारो वर्षं दलितांचा छळ, हत्या, अत्याचार करत आहोत आणि अजूनही आपण बरोबरच वागत असल्याचे निर्लज्ज समर्थन करत तो चालूच ठेवला आहे. कोणाला विसरता येतील, २००२च्या गुजरातच्या भयंकर धक्कादायक दंगली, ज्यांनी मनाला छळणारा प्रश्न उपस्थित केला? ज्याचे खरेखुरे उत्तर कुणालाच मिळत नाही किंवा गुन्हेगारांना न्यायनिष्ठित शासन मिळेल असा समाधानकारक निकालही लागत नाही?

**सेन्सॉरशिप आणि बेडटाइम स्टोरी (आणि त्यावर लादलेले माध्यमांचे निर्बंध)**

अभिनेता आणि नाट्यदिग्दर्शक डॉ. श्रीराम लागू हे पहिले ज्यांनी 'बेडटाइम

स्टोरी'चा रंगमंचावर प्रयोग करण्यात रस दाखवला. पण हे नाटक कृतिशील (Proactive) आणि वादग्रस्त स्वरूपाचे आहे हे त्यांच्या लक्षात आले. त्यांनी १९७८ साली मुंबईतल्या सगळ्या प्रायोगिक नाट्यचळवळीतल्या लोकांना आमंत्रण दिले. या सगळ्यांनी या नाटकाच्या वाचनाला यावे, प्रसंग पडला तर नाटकाच्या पाठी उभे राहावे, अशी त्यांची इच्छा होती. मधल्या काळात नाटक सेन्सॉर बोर्डाकडे परवानगीकरता पाठवले होते. महाराष्ट्रात तसा कायदा आहे. त्यांनी नाट्यप्रयोगात अठ्ठ्याहत्तर कट्स सुचवून परत पाठवले. त्यांपैकी काही पूर्ण पानभराचे होते, ते मान्य करायचे झाले तर नाटकाचे फक्त पुढचे आणि मागचे कव्हरच शिल्लक राहत होते. प्रसिद्ध अभ्यासक मे. पु. रेगे, पुष्पा भावे आणि अजून एक-दोघांनी सेन्सॉर बोर्डाच्या मीटिंगमध्ये 'बेडटाइम स्टोरी' नाटकाच्या बाजूने वाद घातला. बोर्डाने सुचविलेल्यांपैकी काही कट्स समजू शकत होते (उदाहरणार्थ, बुद्ध, महात्मा गांधी अशा नावांचा उल्लेख वगळावा), पण काही उपस्थित केलेल्या प्रश्नांना अर्थच नव्हता. (उदाहरणार्थ, मूळ पौराणिक कथेचे तुम्ही विरूपीकरण का करत आहात?) मी कबूल करतो की मराठी उच्चभ्रू साहित्यिक वर्तुळात निदान काही जणांना तरी या नाटकाचे महत्त्व, गरज समजू शकेल असं मला वाटत होतं. पण मी स्वत:चीच फसवणूक करतो आहे हे लवकरच माझ्या ध्यानात आले. हे नाटक आपल्या संस्कृतीवरचा मोठा डाग आहे आणि त्याचे शुद्धीकरण करणे गरजेचे आहे, हे सेन्सॉर बोर्डाचे मत पक्के झाले होते.

बोर्डाच्या मीटिंगची एक मजेशीर तळटीप होती. जसा वेळ पुढे गेला आणि घड्याळाचे काटे दुपारचे एक वाजण्याकडे झुकले, तसे नाटकात अमुक काटछाट हवीच आहे, हा अतिरेकी आग्रह जरा निवळला. आम्हाला नंतर कळले की बोर्डाचे अनेक सभासद बाहेरगावाहून आले होते आणि त्या वेळेपर्यंत त्यांना मनापासून हवेसे झाले होते ते छानसे भोजन आणि या मीटिंगला उपस्थित राहण्याचे मानधन. नाटकाच्या दिग्दर्शकाला अखेर जेव्हा बोर्डाकडून पत्र मिळाले, तेव्हा काटछाटीची मर्यादा चोवीसपर्यंत आली होती. पण तोवर बहुतेक सगळ्या अभिनेत्यांनी तालमींमधून अंग काढून घेतले होते. कारण मुंबईतल्या सनातनी हिंदू संघटनांनी दिग्दर्शक, निर्माता, अभिनेते आणि लेखक म्हणजे मला धमक्या दिल्या होत्या. त्यामुळे पहिली तालीमही होऊ शकली नव्हती. आपल्या संस्कृतीच्या या स्वयंघोषित रक्षकांपैकी कोणीही 'बेडटाइम स्टोरी' वाचलेले नव्हते.

पुढच्या काही वर्षांमध्ये या नाटकाबद्दल तीव्रतेने आस्था वाटणाऱ्या अनेक दिग्दर्शकांनी हे नाटक रंगमंचावर आणण्याचे प्रयत्न केले. भारतातील कायदेशीर सेन्सॉरशिप अनेकदा अव्यवहारी, पांगळी आणि बोलण्याच्या किंवा व्यक्त होण्याच्या मूलभूत स्वातंत्र्याऐवजी बाकी सर्व गोष्टींचे नको इतके संरक्षण आणि काळजी घेणारी

असते. देशातली एक्स्ट्रा-लिगल सेन्सॉरशिप मात्र निर्भय आणि परिणामकारक आहे. त्याने यशस्वीपणे 'बेडटाइम स्टोरी'चे प्रयोग पुढची सतरा वर्षे होऊ दिले नाहीत. रेखा सबनीसांची 'अभिव्यक्ती' ही नाट्यसंस्था आणि दिग्दर्शक अच्युत देशिंगकर यांनी या सगळ्या खळबळीतही नाटकावर भरवसा ठेवला. शेवटी १९९५ साली त्यांनी त्याचा प्रयोग केला. प्रायोगिक नाटके ही बहुतेक वेळा अत्यंत तुटपुंज्या पैशांवर आणि भल्यामोठ्या उत्साहाच्या बळावरच उभी राहतात. पंचवीस प्रयोगांनंतर 'बेडटाइम स्टोरी' संपवावी लागण्याचे कारण होते लहान आणि परवडण्याजोग्या नाट्यगृहांचा तुटवडा. फटाक्यांसारखे ज्वालाग्राही संवाद म्हणताना अभिनेत्यांना इतकी मजा येत होती आणि नाटकातली ऊर्जा आणि संहितेतून उभे राहणारे, अडचणीत आणणारे कठीण प्रश्न यांमुळे त्यांनी पुन्हा स्वत:च्याच खिशातून पैसे उभारून दोन वर्षांनंतर नाटकाचे पुनरुज्जीवन केले. या वेळी हिंदीत त्याचे आणखी काही प्रयोग झाले. काही काळानंतर वसंत नाथ यांनी लंडनला केम्ब्रिज इथे त्याचा प्रयोग केला. तसेच फ्रिन्ज फेस्टिव्हल, एडिन्बरा इथेही प्रयोग केला. 'बेडटाइम स्टोरी' छापून प्रकाशित होण्याच्या बाबतीत मात्र मी इतका नशीबवान नव्हतो. एका प्रतिष्ठित आणि सुस्थापित प्रकाशन संस्थेने या नाटकाची पहिली आवृत्ती प्रकाशित करण्याबद्दल चार वेगवेगळ्या वेळी विचारणा केली. प्रत्येक वेळी करारपत्रावर सही करण्याच्या एक किंवा दोन आठवडे आधी प्रकाशकांनी अवसान गाळले आणि माघार घेतली.

'बेडटाइम स्टोरी' छापील स्वरूपात आता पहिल्यांदाच प्रकाशित होत आहे. नाटकाच्या प्रयोगांच्या आवृत्तीमध्ये निर्भीडपणा आणि परिणाम व्हावा याकरता आम्ही सगळे आधुनिक अंक जे मूळ कथांचा नव्याने अर्थ लावण्याच्या दृष्टीने मेळ घेत नव्हते ते काढून टाकले आहेत. आता तुम्ही जे वाचणार आहात ती पूर्णपणे मूळ आवृत्ती आहे.

**अखेरचा खेळ**

मी आता एक अत्यंत विलक्षण आणि स्वत:चे महत्त्व वाढवणारा दावा करणार आहे, जो बहुसंख्य वाचकांना अजिबात आवडणार नाही. 'बेडटाइम स्टोरी' आणीबाणीनंतरच्या काळात जास्तीतजास्त कसे समर्पक होत गेले याचा मी उल्लेख केलाच आहे. मात्र आजूबाजूचे जग पुढच्या काही दशकांमध्ये इतके आमूलाग्र बदलून जाईल आणि 'बेडटाइम स्टोरी'चे कथानक जास्त समर्पक आणि गरजेचे ठरेल याची मात्र मी जराही कल्पना केली नव्हती. त्याच वेळी मला हेही ठामपणे सांगावेसे वाटते की, आजूबाजूच्या आक्रोशांना प्रतिसाद देण्याकरता जगाला जाग आली आहे आणि त्याच्या बाजूने उभे राहायची, परिणामकारक कृती करायची सुरुवात त्यातून

झाली आहे, हे जेव्हा घडेल तेव्हा माझे हे नाटक फारसे गरजेचे उरणार नाही आणि त्याहून जास्त आनंदाची गोष्ट दुसरी असणार नाही.

मी ज्या संकटांचा किंवा अडचणींचा उल्लेख करतो आहे त्या दोन प्रकारच्या आहेत. दोन्ही सारख्याच निकडीच्या, मानवी इतिहासात आधी कधीही अनुभवायला न लागलेल्या अशा. पहिली लष्करी साहसीपणाचा वारसा. दोन विनोदी राक्षसांचा, अमेरिका आणि रशिया, ज्यांनी जगाच्या वेगवेगळ्या भागांमध्ये युद्धे सुरू केली. अफगाणिस्थान आणि इराक वगैरे लोकसंख्येत सशस्त्र समूहांचा भरणा केला आणि मागे ठेवली प्रचंड संख्येने महाभयंकर, हिंसक शस्त्रास्त्रे आणि युद्धनौका, जे आता निरपराध, भांबावून गेलेल्या स्थानिकांचे जगणे पछाडून टाकत आहेत. पण या तात्पुरत्या उद्रेकांचा तो निर्हेतुक परिणाम होता; ज्याने जन्म दिला सर्वात भयानक अशा जगभरातल्या दहशतवादी संघटनांना. मी इथे फक्त अल-कायदा आणि बोको हरामसारख्या क्रूर संघटनांबद्दलच केवळ बोलत नाही तर इस्लामिक राष्ट्रांमधल्या इसिससारख्या दहशतवादी संघटनांबद्दलही मी बोलतो आहे. कल्पनातीत विद्रूप पातळीवर पोहचलेला अमानुष व विकृत छळ आणि अत्याचार यांचा अवलंब त्यांनी केला. जगाने या आधी कधीही पाहिले नव्हते इतके निर्वासितांचे तांडे, लक्षावधी लोक बेघर झाले, विस्थापित झाले. भयानक कष्ट आणि हालअपेष्टा त्यांच्या वाट्याला आली आणि संयुक्त राष्ट्र संघटना या इतक्या प्रचंड संख्येसमोर आणि त्यांच्या मदतीच्या याचनांसमोर हतबल झाली आहे.

आता आपल्याला हेही समजले आहे की राष्ट्राध्यक्ष बुश आणि त्यांच्या अखत्यारीतल्या माणसांच्या संमतीने सीआयएने या छळवणुकीचा अवलंब केला आणि सैतानी क्रौर्याने अफगाणिस्थानातल्या, इराकमधल्या तसेच अमेरिकेतल्याही कैद्यांना वागवले ज्याची तुलना इसिसच्या अत्याचारांशीच होऊ शकते. फक्त त्यात भयानक शिरच्छेदांचा समावेश नव्हता.

त्याची तुलना क्लायमेट क्रायसिसमुळे आपल्या ग्रहाची जी दुर्दैवी अवस्था झाली आहे त्याच्याशी केली तर इसिसचा दहशतवादी धोका सौम्य आणि निरुपद्रवी मानला जाईल. संपूर्ण बांगलादेश, फिलिपाइन्स आणि इतर अनेक देश पुढील काही वर्षांमध्ये नामशेष होऊन जाणार आहेत. जगभरातल्या नेत्यांना गेली कित्येक वर्षे माहीत आहे मानव वंशाचे काय उद्योग चालू आहेत. आपल्या खनिज इंधनांच्या अर्थशास्त्राची आणि बेलगाम ग्राहककेंद्रित चंगळवादामुळे सगळे कडेलोटाच्या पातळीवर येऊन पोहचले आहे आणि ही कोणत्या काल्पनिक सिनेमातल्या जगामध्ये घडणारी आभासी परिस्थिती नाही. आपल्या आजूबाजूच्या वास्तव जगाची सत्य परिस्थिती आहे ही. पृथ्वीतलावर भयानक प्रमाणात वाढणारे तापमान, दुष्काळ, पूर, वादळे, अन्नटंचाई,

वाळवंटाचे अतिक्रमण, दोन्ही ध्रुवांवरच्या बर्फाच्या कवचाचे वितळणे आणि हजारो प्राण्यांचे, पक्ष्यांचे, जलचरांचे नामशेष होणे. गेल्या दोन हजार वर्षांत नव्हता इतका वाईट दुष्काळ कॅलिफोर्नियाला भोगावा लागत आहे. अर्थातच नेहमीप्रमाणेच याचा सर्वाधिक फटका केवळ गरीब, हतबल जनतेलाच बसतो आहे.

आकलनाच्या पलीकडची गोष्ट अशी आहे की या आणीबाणीच्या परिस्थितीकडेही जगभरातले सत्ताधीश, नेते काणाडोळा करत आहेत; असे काही असल्याचे अमान्य करत आहेत. दुतोंडी बडबड करत आहेत. मोठ्या प्रमाणावरचा मानवी निर्वंश, मृत्यूचे तांडव थांबवायचे प्रयत्न हाणून पाडत आहेत. अगदी बलाढ्य आणि आर्थिकदृष्ट्या सबळ राष्ट्रेही जाणून आहेत की त्यांना दुसऱ्या कोणत्याही ग्रहावर पळ काढता येणार नाही. सर्वात घृणास्पद हे आहे की इतरांनी आधी यावर कृती करावी, अशी घेतली जाणारी बोटचेपी, किळसवाणी भूमिका.

विकसित राष्ट्रांनी पृथ्वीला लुटले आहे; कित्येक हजारो वर्षे या ग्रहाच्या साधनसंपत्तीची अमर्याद नासधूस चालू आहे; त्यामुळे संपूर्ण वातावरण अशुद्ध बनले आहे. या सर्वांची नुकसानभरपाई त्यांनीच करायला हवी आहे निर्विवादपणे. पण आपल्या सगळ्यांना ठाऊक आहे असे काहीही होणार नाही. उलट दुसऱ्या बाजूला, इतर विकसनशील राष्ट्रांप्रमाणे, भारताची भूमिकाही अशीच आहे की वातावरणातील अघटित बदल रोखण्याकरता जे तातडीचे प्रयत्न करायला हवे आहेत, ते सावकाश, नंतर केले जातील. कारण आधी त्यांना स्वत:ची आर्थिक बाजू बळकट करायची गरज आहे. जगभरातल्या राष्ट्रांना खरेच असे वाटते की, हा कोण आधी डोळे मिचकावणार, असा खेळ चालू आहे? एकमेकांवर दोषारोप करण्याची वेळ कधीच निघून गेली आहे. मानववंशाकरता आता, लगेच किंवा कधीच नाही, अशी परिस्थिती ओढवलेली आहे.

विकसित राष्ट्रांचे प्रमुख नेते आणि वॉलस्ट्रीट, खनिज इंधन व्यावसायिक हे प्रामाणिक आणि तातडीने अमलात आणणारे वेळापत्रक बनवण्याच्या महत्त्वाच्या कामाकरता आपला बहुमोल वेळ अजिबात खर्च करणार नाहीत; त्याची अंमलबजावणीही करणार नाहीत जोवर आपण, जगातले सामान्य नागरिक, त्यांना जबरदस्तीने ते करायला भाग पाडू आणि आपणही आपल्या जीवनशैलीमध्ये गंभीर बदल करून त्याला हातभार लावू.

कोणतेही पुस्तक, नाटक, कलाकृती यामुळे एका रात्रीत बदल होण्याची प्रक्रिया सुरू होणार नाही. 'बेडटाइम स्टोरी'मुळेही अर्थातच नाही. पण त्यामुळे मला आशा आहे की लोकांना खडबडून जाग येईल आणि त्यांना विचार करायला भाग पडेल.

– मुंबई, डिसेंबर २०१४

# महाभारतातल्या व्यक्तिरेखा

**पांडव**

धर्मराज : पहिला पांडव

भीम : दुसरा पांडव

अर्जुन : तिसरा पांडव

नकुल आणि सहदेव : दोन सर्वांत लहान पांडव बंधू

द्रौपदी : पांडवांची पत्नी

कुंती : पांडवांची आई

**कौरव आणि त्यांचे सहकारी**

सुयोधन : सर्वांत मोठा कौरव

सुशासन : सुयोधनाचा भाऊ

शकुनी : कौरवांचा मामा

गांधारी : कौरवांची आई

द्रोण : कौरव आणि पांडवांचे गुरू आणि नंतर कौरवसेनेचे प्रमुख सेनापती

मुनीमजी : कारकून

कर्ण : कुंतीचा अनौरस मुलगा, ज्याला रथवाहक आणि त्याच्या पत्नीने वाढवला, कौरवांचा मित्र आणि अंगदेशाचा राजा

**इतर**

आजी

नातू

एकलव्य : आदिवासी मुलगा

**आजच्या काळातल्या व्यक्तिरेखा**

समूह

अर्जुन : उच्चवर्णीय वैद्यकीय विद्यार्थी

एकलव्य : अस्पृश्य वैद्यकीय विद्यार्थी

वडील : अर्जुनाच्या मैत्रिणीचे वडील

भाऊ : अर्जुनाच्या मैत्रिणीचा भाऊ
बिमल : सर्वांत मोठा मुलगा राज याचा भाऊ
अरुण : राजचा भाऊ
रुपाली : राजची विधवा
आई : रुपालीची सासू, राजची आई
सलमा : पूर्व पाकिस्तानातली बाई (आता बांगलादेश)
अल्लाउद्दिन : सलमाचा नवरा

## नरकातले दूत

## पाकिस्तानी सैन्यातले सैनिक

## भारतीय सैन्यातले आणि पूर्व पाकिस्तानातले सैनिक, बचाव आघाडीवरचे

## एकापेक्षा जास्त भूमिकांकरिता सुचवणी

१.  आजी : द्रौपदी, रुपाली, सलमा, गांधारी
२.  एकलव्य : कर्ण, सहावा सैनिक
३.  द्रोण : शकुनी
४.  वडील : धर्मराज, पहिला सैनिक
५.  भाऊ : कृष्ण
६.  अर्जुन : अरुण, दुसरा सैनिक
७.  भीम : बिमल, तिसरा सैनिक
८.  नकुल : चौथा सैनिक
९.  सहदेव : पाचवा सैनिक
१०.  सुशासन : सातवा सैनिक
११.  सुयोधन : अल्लाउद्दीन
१२.  प्रेक्षकांमधला पहिला माणूस : मुनीमजी (कारकून)
१३.  नरकातले चार दूत : टोळक्यातले चारजण
१४.  आई : प्रेक्षकांमधली बाई : कुंतीचा मागून आवाज

## एकेरी भूमिका

१.  समूह
२.  नातू
३.  प्रेक्षकांमधला दुसरा माणूस

**नोंद :** नकुल किंवा सहदेवही नातवाची भूमिका करू शकतात.

# अंक पहिला
## प्रवेश पहिला

[स्टेजवर सेट नाही. पैसे असल्यास पाठीमागे पांढरा पडदा लावावा. त्याच्यावर स्लाइड्स प्रोजेक्ट करता येतील. नाटकात पात्रे जास्त वाटली तरी एका नटाला तीन भूमिका करणे कठीण जाणार नाही. उदाहरणार्थ, नाटकात तीन बायका असल्या तरी एक नटी पुरेल. विग किंवा पोशाखात बदल करायचा असेल तर स्टेजवर करावा. नटसंच आटोक्यात ठेवल्याने ह्या नाटकातला एक मुद्दा अधिक ठळक व अर्थपूर्ण बनेल.

मुद्दा आहे तो असा : माणूस जातीचा उल्लेख करायचा असेल तर आपण  सगळे ब्लॅक आणि व्हाइटच्या सी-सॉवर बसलेलो आहोत. कोणीही संपूर्ण ब्लॅक अथवा व्हाइट नाही.

कोरस काहीसा कचरत, प्रेक्षकांचा मूड ओळखण्याचा प्रयत्न करत सुरुवात करतो. नेहमीच्या खेळकर, जरा ज्यादा कोरसच्या मानाने ह्याची जात वेगळी आहे. तो डाव्या मनगटाच्या घड्याळाकडे बघतो.]

**कोरस :** मला पाच मिनिटं दिलेली आहेत. तेवढ्यात मला जे काही सांगायचंय ते उरकलं पाहिजे. पण आणखीन पावणेपाच मिनिटांनी पडदा वर जाणार, नाहीतर बाजूला सरणार ह्या कल्पनेने मनावर एका तऱ्हेचं दडपण येतंय. मला फक्त एक-दोन गोष्टींचा खुलासा करायचाय. हे एक पारंपरिक नाटक आहे, ह्याबद्दल दिलासा द्यायचा आहे. इथे चांगल्या आणि वाइटाचा संघर्ष आहे. धर्म आणि अधर्माचं आपल्या सगळ्यांचं परिचित महायुद्ध आहे. प्रथेनुसार चांगल्याची छीऽथू होते, अपमान होतो, दिवाळं वाजतं. दुष्ट, नीच आणि कपटी मंडळींची जीत होत राहते. त्यांचा गर्व, अहंकार आणि दुष्कृत्य ह्यांना आळा घालायला कोणी पुढे येत नाही आणि आपल्याला वाटायला लागतं, हे देवा, परमेश्वरा, कुठे

१७

आहेस रे तू? तुझ्या जगात सत्य, माणुसकी आणि धर्माला थारा नाही? शेवटी भरायचे ते शंभर गुन्हे भरतात आणि खुद्द भगवान भूतलावर उतरून अधर्माचा पराभव करायला कारणीभूत होतात. सत्याचा जय होतो. सगळीकडे आनंदीआनंद आणि सारे सुजन सुखाने नांदतात. म्हणून काही अंशी हे अपेक्षित नाटक आहे. अपेक्षित या शब्दात टीकेची झळ नाही. हे नाटक तुमच्या सर्वांत कठोर आणि अव्वाच्यासव्वा अपेक्षांना पुरून उरेल, ह्याची मला खात्री आहे. मला तुम्हाला एवढंच आश्वासन द्यायचं आहे की इथलं वातावरण भरवशाचं आहे. आपुलकीचं आहे. ओळखीचं आणि सुरक्षित आहे. थोडक्यात आणि स्पष्ट सांगायचं म्हणजे हे प्रायोगिक किंवा नवीन लाटेरी नाटक नाही. अजून पडदा वर गेला नाही. तरी मी उभा आहे तो स्टेजवर आहे ना? त्याला कारण आहे. प्रथा आणि संकेत ह्या दोन स्तंभांवर हे नाटक उभारलेलं आहे. पारंपरिक नाटकात स्टेज आणि ऑडिटोरियम (हॉल) कधीच एकमेकांत मिसळत नाहीत. दोघांच्या परस्परविरोधी व्यक्तित्वांची हेराफेरी (अदलाबदल) करण्याचा कोणी प्रयत्न करत नाही. नाटकात घडणाऱ्या चांगल्या-वाइटाला प्रेक्षक जबाबदार आहेत अथवा त्यांची संमती आहे, असा दावा पारंपरिक नाटक कधीच करणार नाही. आम्ही नट आहोत, आम्ही नाटक करत आहोत आणि तुम्ही आमच्यासमोर वेगळे आणि अंतर हांथरून बसला आहात, म्हणून नाटक नाटक राहतं. अंतर. अंतराएवढा थिएटरमध्ये मोठा मंत्र नाही.

[स्टेजवर हळूहळू हेल्स एंजलचे कपडे घातलेले पुरुष आणि बायका जमतात. त्यांच्या हातात जाड रबर पॅडेड बॅटन्स, मोटरसायकल चेन्स, स्टेनगन्स आणि सेमिऑटोमॅटिक मशीनगन्स आहेत. मधूनच एखादा मोटरसायकलीची चेन वर जोराजोराने फिरवतो. काहीजण खाली उतरून हलक्या पावलांनी हॉलच्या बाजूच्या आईल्सवरून टेहळणी करतात.]

तुम्हाला प्रश्न पडला असेल ही सशस्त्र मंडळी इथे अचानक काय करताहेत? काळजी करण्याचं काही कारण नाही. ती आपल्या रक्षणासाठी आली आहेत. तुमच्यातले काही भाबडे विचारतील की नाटक पहायला संरक्षणाची काय जरुरी आहे? कशाला मला उगाच त्या भयाण आठवणी उगाळायला लावता? 'घाशीराम कोतवाल'च्या पहिल्या प्रयोगांना झालेला दगडी भडिमार इतक्यात विसरलात तुम्ही? पिन टू पियानोच्या झालेल्या चक्काचूर काचा माझ्या तळव्यांना अजून बोचताहेत. आपण काहीजण आत होतो. तुमच्यातले काही बाहेर असणार. नाही... नाही, काहीतरीच काय. तसल्या अमानुष कृत्याच्या परिसरात तुमच्यासारखे सज्जन येण्याचा संभव तरी आहे का? पण आज तुम्ही अगदी

बिनधास्त नाटक पाहा. हे एंजल्स असताना कोणाची टाप आहे आपल्या आनंदात व्यत्यय आणायची?

[काही वाक्यांअगोदर पडदा वर जायला लागतो. स्टेजवर एक म्हातारी पांढरे केसवाली बाई आणि तिच्या मांडीवर तिचा नातू. आजीचे डोळे रुमालाने वा स्कार्फने बांधलेले आहेत. कोरस झटकन घड्याळ्यात बघतो आणि ओशाळतो.]

बापरे! पाचाची सात मिनिटं केली मी, आणखी उशीर नको.

[कोरस जातो.]

**आजी :** (सुंदर वा थोड्या बेसूर चिरक्या आवाजात)

सोन्याचा झोपाळा... चांदण्यांचा आरसा

माझ्या गुणी बाळा... देवाचा वारसा

झोपेचा झुळूझुळू वारा... स्वप्नांचा शिंपडा

आकाशात आणखी एक तारा... देवदेवांचा बछडा.

**नातू :** तू गाणं गायलीस तरी मी झोपणार नाही. तू काल म्हणाली होतीस की आज रात्री एक गोष्ट सांगशील.

**आजी :** अरे सोन्या, ही काय गोष्टीची वेळ आहे का? उद्या सांगेन. झोप.

**नातू :** नाही, तू काल प्रॉमिस केलं होतंस.

**आजी :** बरं बाबा बरं, हट्टी कुठला... एकदा काय झालं. पंडू नावाचा राजा होता. त्याला होती पाच मुलं. धर्मराज, अर्जुन, भीम, नकुल आणि सहदेव. पंडू राजाला होता एक भाऊ. धृतराष्ट्र. त्याला होती शंभर मुलं. त्यांना कौरव म्हणायचे. पंडूराजा मेला तेव्हा धृतराष्ट्र गादीवर आला. त्याने त्या पाच पांडवांना आणि शंभर कौरवांना एकत्र शाळेत पाठवलं. तिथे द्रोणाचार्य नावाचे मास्तर शिकवायचे. गणित, इतिहास, कुस्त्या, रथ चालवणं, भूगोल, धनुष्यबाण चालवायला.

[आजी आणि नातू स्टेजच्या एका बाजूला राहतात.]

**द्रोणाचार्य :** सात दिवस वर्ग नाही तर चंगळ होती ना? अभ्यासाचं नाव नसणार, त्यातून फिल्म फेस्टिव्हल आलेलं. म्हणजे धमाल. सुयोधन, दिवसाला चारप्रमाणे अठ्ठावीस पाहिल्यात का पाचाच्या हिशोबानं पस्तीस? आणि अर्जुन तू? मिसरूड अजून फुटायचंय तरी तू आवाज घोगरा करून आणि डोअरकिपरचे हात गरम करून सगळ्या 'फक्त प्रौढांसाठी' फिल्म्स पाहिल्या असतील ना? घाबरायचं काही कारण नाही. मी काय आईला सांगणार नाही. तुझ्या वयाचा होतो तेव्हा आम्ही पण हेच धंदे केले आहेत. रात्रीच्या पूर्वार्धात तमाशा आणि उत्तरार्धात नायकिणी. पुरुषाचा जन्म उगाचच नाही घेतला आपण. पण आता सुट्टी संपली आणि ये रे माझ्या मागल्या अभ्यास सुरू होणार. हां, तर सुशासन, आपला शेवटचा धडा कशावर होता?

**सुशासन :** तुम्ही परशुरामाच्या धनुर्विद्येच्या मुळाशी असलेल्या तत्त्वांचा विचार करत
होता. तुम्ही म्हणालात, ताणाल तेवढी बाणाची झेप. अगोदर हेतू काय आहे,
ह्याबद्दल निर्णय घ्या. बळी पाहिजे का जखमी? त्यावर ताण अवलंबून. निशाणा
चुकणं गुन्हा नव्हे. हुकला तर हुकला. हुकत नाही तो मृत्यू. जितका नेम भरकटतो
तितक्या ठळकपणे तुम्ही यमाचं लक्ष्य बनता.

**द्रोणाचार्य :** अप्रतिम सुशासन. पण तुझ्या नाडीचा पुढचा ठोका पडायच्या आत
सांग समोर निशाण काय दिसतंय?

**सुशासन :** लांबच लांब माळरान आणि त्याच्या पलीकडे नजरेच्या टोकाशी पिंपळाचं
झाड.

**द्रोणाचार्य :** सुयोधन, पापणी लवायच्या आत सांग, तुझं लक्ष कुठचं निशाण वेधून
घेतंय.

**सुयोधन :** पिंपळाच्या ईशान्येला सर्वोच्च फांदीवर एका पोपटाचं मनन.

**द्रोणाचार्य :** अर्जुना, नजर कोठे खिळलीय?

**अर्जुन :** पोपटाच्या डोळ्यातल्या मध्यबिंदूत.

**द्रोणाचार्य :** थेट मर्माला पोहचलास अर्जुना. धन्य आहे तुझा गुरू की त्याला इतका
तेजस्वी शिष्य मिळाला.

[एकलव्य अचानक झुडपातून पुढे येतो आणि द्रोणाचार्यांच्या पायावर लोटांगण
घालतो.]

**द्रोणाचार्य :** कोण?

**एकलव्य :** फक्त आशीर्वाद मागणारा.

**द्रोणाचार्य :** कोण?

**एकलव्य :** गेलं एक वर्ष सतत एकच इच्छा बाळगणारा.

**द्रोणाचार्य :** कोण?

**एकलव्य :** तुमचा शिष्य बनण्याची आकांक्षा असण्याचं धाडस करणारा. एकलव्य.

**द्रोणाचार्य :** ऊठ.

**एकलव्य :** गुरुवर्य, आशीर्वाद द्या.

**द्रोणाचार्य :** नाहीतर?

**एकलव्य :** धमकी नाही गुरुवर्य, विनंती.

**द्रोणाचार्य :** मग विनंतीचा मुखडा बघू दे... आम्हाला...

[एकलव्य उभा राहतो.]

**द्रोणाचार्य :** कोणाचा मुलगा तू?

**एकलव्य :** काळाभोर एकलव्य. बाकीचा इतिहास केव्हाच सांगून झाला. गेलं सारं

वर्ष मी तुमच्यावर आणि तुमच्या गुणी शिष्यांवर नजर ठेवलीय. एखाद्या परमेश्वरासारखी पापणी न लवता. सात दिवस तुम्ही नजरेआड झालात. माझे धाबे दणाणले. तीनशे पासष्ट दिवसांची तपश्चर्या आहे माझी. शिष्यावरून गुरूची पारख करावी एवढे दिव्य शिष्य असलेला गुरू पृथ्वीच्या पाठीवर नाही. दररोज दर क्षणी लोटांगण घालायचा निश्चय केला. पण प्रत्येक वेळी हिय्या खचला. आज अर्जुनाच्या उत्तराने धाडस दिलं.

**द्रोणाचार्य :** मुला, बरंच ऐकून घेतलं. दोन शब्दांऐवजी दहा. पण पायरी सांभाळून बोल. अर्जुन राजपुत्र. त्याला नावाने संबोधणारा तू कोण?

**एकलव्य :** मी पृथ्वीपुत्र एकलव्य. भिल्लांचा पुढला राजा. गौरवाने तिसऱ्या पांडवाला अर्जुन हाक मारणारा.

**द्रोणाचार्य :** भिल्ल... महारोग, महार ह्या तीन स्थितीत चोखंदळपणाला वाव नाही.

**एकलव्य :** काय वाटेल त्या नावाने हाक मारा, गुरुवर्य. कुठलंही काम द्या. वर्षानुवर्षं जागं ठेवा. उष्टं, गू, मूत काय वाटेल ते काढायला सांगा. शे कौरवांची आणि पाची पांडवांची सतत सेवा करायला तयार. फक्त तुमची आज्ञा आणि आशीर्वाद पाहिजे. मग पाहिजे तर आयुष्यभर गुलाम म्हणून राहीन.

**द्रोणाचार्य :** पाहिजे तर? अरे, गुलाम तर आतासुद्धा आहेस. पण ज्याची सावलीसुद्धा एक घोर अपराध आहे त्याला शिष्य म्हणून स्वीकारण्याएवढे म्हातारचळ आम्हाला अजून सुचत नाहीत. खबरदार, परत आमच्या परिसरात जरी आलास तर. वयाने लहान आहेस म्हणून सोडून देतोय ह्या वेळेस. पण पुन्हा कधी जवळ सापडलास तर धडापासून गर्दन अलग करायला वेळ लागणार नाही, ह्याची याद राख.

**एकलव्य :** हा तुमचा अखेरचा निर्णय?

**द्रोणाचार्य :** अखेरचा.

**एकलव्य :** मी वयाने लहान असलो तरी समंजस आहे. परत विचार करून मन बदललं तर मी मनात आकस ठेवणार नाही. दिलेली सगळी वचनं चोख ठेवीन. संतापाने उत्तर द्यायची घाई करू नका, गुरुवर्य. सुशासन, सुयोधन, अर्जुन एवढे दिव्य शिष्य आहेत तुमचे. त्या माळेला आणखीन शोभा आणून तुमची कीर्ती आकाश-अवकाशातून गाजवीन ह्याची खात्री देतो. अर्जुना, तुला काही म्हणायचंय? गुरूच्या विद्येत भर घालणारा विद्यार्थी मला गुरू म्हणून मिळाला तर माझं सार्थक होईल. द्रोणाचार्यांचं मन वळवलंस किंवा मला तुझ्या सेवेत घेतलंस तर जेव्हा वेळ येईल, जेव्हा तुला माझी अत्यंत गरज भासेल तेव्हा मी तुझ्याशेजारी तुझ्यासाठी प्राण देईन.

[अर्जुन आकसतो आणि भेदरून काहीसा बुचकळ्यात डोके हलवतो.]

**अर्जुन :** प्राण गेला तरी माझ्या गुरूंचा अपमान माझ्याकडून होणार नाही. आणि दुसऱ्या कोणी त्यांचा अपमान करायचं धैर्य केलं तर मग त्याचे दिवस भरले हे निश्चित.

**एकलव्य :** नाटकीपणा काय आपल्या भारतीयांच्या पाचवीलाच पुजलाय. पण तू तर लगेच जीवावर उठलास. असो. मग काय आज माझे दिवस भरलेत का?

**अर्जुन :** तुझ्यासारख्या माणसांना बऱ्या बोलानं शहाणपण कधीच येणार नाही. कधीतरी तुझं नाक माझ्या हातीच मातीत घासलं जाणार. आज का उद्या, या प्रश्नाने फरक पडणार नाही.

**एकलव्य :** आज सुटलो ह्याबद्दल सलाम. आजची सरशी तुझी. पण फिर मिलेंगे, ह्याबद्दल शंका नाही. सूर्य अचानक ग्रहणात जाईल. अवेळी आलेल्या संधिप्रकाशात सत्यातलं आणि मृगजळातलं अंतर हिंदकळून निघेल. आकाश आणि वस्तुस्थिती बदलली असेल आणि तुला आपण भेटलो होतो ह्याची आठवण रहाणार नाही. गुरुवर्य, दुरून लोटांगण घालतो. शिष्यावर मेहेरबानी असावी.

**[अंधार]**

## अंक पहिला
## प्रवेश दुसरा

**अर्जुन :** आय काण्ट! ऐक. माझ्याच्याने आणखीन चालवणार नाही.

**एकलव्य :** आणखीन फक्त थोडंच अंतर अर्जुना, आणि आपण सुखरूप. तात्पुरते आपण त्यांच्या दृष्टिआड झालो आहोत पण आता वेळ काढला तर पळता भुई थोडी होईल. चल, आता धीर खचला तर आपले दिवस भरले.

**अर्जुन :** आपले नाही. माझे. तू का वेड्यासारखा एकही अपराध न करता माझ्याबरोबर पळतोएस?

**एकलव्य :** चल, आता तू ऊठ. जोपर्यंत पाय आहेत तोपर्यंत वाट आहे. आणि वाट आहे तोपर्यंत सुटकेचा पर्याय आहे.

**अर्जुन :** मी नाही उठणार आता... ते लोक येतील आणि मला उठवतील.

**एकलव्य :** त्या लोकांची डोकी फिरलीएत, अर्जुना. तुझ्याशी ते खरंखोटं करत बसणार नाहीत. समूहाला नेहमीच कर्तव्यभानाची खुमार चढते आणि ते कोणाच्या तरी जीवावर उदार होतात. हे आपलं मेडिकलचं शेवटचं वर्ष. जगातून उठायला आपल्याला भरपूर वर्षं पडलीएत. आता फक्त पळ काढूया. एकदा महारवाडीत पोहचलो की काम फत्ते. त्यांच्या ध्यानीमनी पण यायचं नाही की तू तिथे सटकशील.

**अर्जुन :** मी कशासाठी अपराध्यासारखा पळतोय? मी कुठचाही गुन्हा केलेला नाही. गेली दोन वर्षं माझे द्रौपदीशी संबंध आहेत. आता फक्त त्यांनी आम्हाला रंगेहाथ पकडलं. द्रौपदीला वाटलं, मंडळी गॉन विथ द विंडला चालली आहेत. तीन तास खुला आसमान.

**एकलव्य :** तुझं तोंड बंद कर आणि चल माझ्याबरोबर. ते लोक कुठच्याही क्षणी गाठणार आपल्याला आता.

**अर्जुन :** पण तू त्या तिच्या म्हाताऱ्याला बघायला हवं होतंस. तिकिटं विसरले म्हणून ते घरी परतले. दार उघडलं. पण आम्ही दोघांनी ऐकलं नाही. कसं ऐकणार? एकांतात कान काहीसे बहिरे होतात ना! त्यांची तर वाचाच गुमनाम. माझं त्यांच्याकडे लक्ष गेलं तेव्हा त्यांना दम चढायला लागला होता. कानाची पाती लाल, मग ततपप करत त्यांनी माझ्या कुल्यांवर जी चापटी मारलीए. मी तर कपडे घालतच धूम ठोकली. नाहीतर तिकडच्या तिकडं काय तो निकाल लागला असता. द्रौपदीची आई आणि भाऊ थिएटरवर तिकिटांकरता आणि साहेबांसाठी अजूनही थांबले असणार.

**एकलव्य :** म्हणे थांबले असणार! पाठलागात सर्वांत पुढे भाऊच आहे आणि त्याचे मित्र. जर तू त्याच्या सनातनी संतापाच्या, नैतिकतेच्या तावडीत सापडलास तर तुझा हा सुरस आशुकमाशुक किस्सा नरड्यातच गाडला जाईल.

**अर्जुन :** त्यांना जे काही करायचंय ते करू दे. आणि नैतिकता कसली? मी माझ्या पेशंटसाठी झटतो. त्यांचा जीव वाचवण्याची धडपड करतो. ती माझी नीतिमत्ता. माझे द्रौपदीबरोबर लैंगिक संबंध आहेत ह्याच्याशी त्यांचा काय संबंध? तिथं नीतिमत्तेचा प्रश्न उद्‌भवतच नाही. हा फरक कळत नसेल तर तू खरंच माठ आहेस.

**एकलव्य :** केव्हा जीव घेऊन पळत सुटायचं आणि कशाकरिता जीव पणाला लावायचा यातला फरक तुला कळत नसेल तर तुझ्यात आणि द्रौपदीच्या वडिलांत आणि भावांत काही फरक नाही.

**अर्जुन :** नाही ना? मग एवढी खाज असेल तर जा आणि त्या पेटलेल्या लोकांना थेट माझ्याकडे आणून सोड.

**एकलव्य :** पोरकट. डॉक्टर बनायला केवढं नशीब लागतं ठाऊक आहे तुला?

**अर्जुन :** या जगात तू एकटाच डॉक्टर बनत नाहीएस. मी पण मेडिकलचाच कोर्स करत आहे.

**एकलव्य :** आणि तरीही तुला एवढं समजत नाही? आमच्या गावात कोणाकडे एखादी म्हातारी गाय मेली किंवा लाख वर्षं घाण्याला जुंपलेला बैल मेला की महारवाड्याच्या पल्ल्याडहून कोणीतरी आवाज द्यायचा. जाधवाकडल्या रेवतीला उचलायला या. मी सात वर्षांचा होतो तेव्हा माझ्या आईला असल्याच एका गायीकडून फूडपॉयझनिंग झालं. दोन रात्री ओकून सरायची लक्षणं दिसायला लागली तेव्हा मी पाय लांब केले. आणि आई जायची वाट पाहू लागलो. पण आई मेली नाही. त्या वेळी तरी नाही. कोणीतरी एका मिशनरी डॉक्टरला घेऊन आलं. आणि माझी आई जगली आणि माझ्या मनात तो डॉक्टर.

**अर्जुन :** हे सगळं तुझ्या आत्मचरित्राकरता राखून ठेव.

**एकलव्य :** आपल्याला एक मोठ्ठं काम करायचं आहे, अर्जुना. कसं समजावू तुला की डॉक्टरकी देवाची लक्षणं आहेत. आपल्याला, माझ्या आईला, तिच्या आईला, तिच्या आजीच्या आईला वाचवायला चल, अर्जुना पळ. माझ्याबरोबर पळ.

**अर्जुन :** तुझ्याबरोबर तर मी नक्कीच पळणार नाही.

**एकलव्य :** का? माझं म्हारपण आडवं येईल?

**अर्जुन :** एका अर्थी तेही. मला तू झेपायचा नाहीस. माझा पापांवर विश्वास नाही. पण कुठे तू माझ्याबरोबर पकडला गेलास आणि माझ्याबरोबर तुझी पण डॉक्टरकी अर्धवट राहिली तर त्याच्यासारखं दुनियेत दुसरं पाप नसणार.

**एकलव्य :** पाठलाग तुझा चाललाय. माझा नाही. आळ खोटा असला तरी तो तुझ्यावर आहे, माझ्यावर नाही.

**अर्जुन :** ऐक, तू कधी शिकणार नाहीस ना? केवढा हा भाबडेपणा! तुला काय वाटतं, आणखीन एखाद्या मुलाला एनसेफलायटीसच्या तावडीतनं सोडवलंस तर तुला वाटतं, कधीतरी त्या अजागळ म्हाताऱ्याला नाहीतर वाचवलेल्या मुलाला माणुसकी आठवेल आणि कधीतरी, कुठेतरी तुझ्या एका बांधवाला ते माणसासारखा वागवतील, होय ना? नेहमी लक्षात ठेव एक, कधी आपल्या दोघांपैकी एकाला बळी द्यावयाचा प्रश्न आला तर क्रुसावर कोण चढवला जाणार, ह्याबद्दल कधीच मतभेद होणार नाही.

**एकलव्य :** ओ यू फूल, यू फूल! काय वाट्टेल ते झालं तरी मी तुला त्यांच्या तावडीत पडू देऊ शकत नाही. अर्जुना... तुला एवढं पण कळत नाही की तू पकडला गेलास तर आपण सारं गमावणार? कारण माझ्याशिवाय माझे लोक महारच रहाणार आणि तुझ्याशिवाय तुझे लोक, द्रौपदीचे नालायक भाऊ आणि वडील. कोणालातरी नव्या पिढीची, माणूस म्हणून जगायची आणि जगू द्यायची सुरुवात करावीच लागणार आहे. आपल्या पिढीत आपण दोघांनी ही संधी बनवली नाही तर परत पुढची पिढी शिरस्ता नाही म्हणून सगळ्या पारंपरिक पिढ्यांप्रमाणे तेच तेच घोळत बसेल. पण आता वेळच उरला नाही. आता पळ पळ पळ अर्जुना, ती आली रे मंडळी.

[ती मंडळी येतात आणि अर्जुनाला घेरतात. एकलव्य पुढे पळतो.]

**वडील :** अर्जुना, तुझे दिवस भरले... आता तोंड गुडघ्यात काय लपवतोयस? एका निष्पाप मुलीवर बलात्कार करताना लाज वाटली नाही, ती आता वाटतेय?

[सारे अर्जुनावर कोसळतात. अर्जुनाचा आवाज हळूहळू विरतो. एकलव्य

जागच्या जागी थिजतो. शांतपणे जवळ येतो आणि बोलतो.]

**एकलव्य :** तुम्ही त्याला आणखीन मारलंत तर तो मरेल.

[ते थांबतात.]

**भाऊ :** साला तो मेडिकल कॉलेजमधला महार, तेरी ये मजाल? लाज वाटली नाही तुला एका सालस मुलीवर हात टाकायला? उकिरड्यावरचा, शहरात येऊन काय वाट्टेल ते करू असं वाटलं का तुला? पण आता तुझी धडगत नाही.

[ते सगळे त्याच्यावर तुटून पडतात. चाकू, सुरे बाहेर निघतात. एकत्र त्याच्यावर वार करणार इतक्यात द्रौपदीचे वडील बोलतात.]

**वडील :** थांबा. माजलेत साले. पहिल्यांदा महात्मा गांधींनी जवळ केलं म्हणून आणि आता आपल्या नामर्द सरकारनं त्यांच्याकरता सगळ्या चांगल्या नोकऱ्यांत राखीव जागा ठेवल्या म्हणून. काम असेल तेव्हा महार नाहीतर नवबुद्ध. आतापर्यंत इतका इंगा दाखवलाय पण अद्दल बसली नाही. त्याला इतकं साधंसुधं मरण नाही चालणार. तेही राखीवच हवं. आम्ही अजून नामर्द नाही झालेलो. त्याच्या साऱ्या बांधवांना अद्दल घडली पाहिजे. चेचा गोट्या भडव्याच्या. त्याच्या साऱ्या जमातीचं वीर्य नष्ट करून टाकूया. परत कधी एखाद्या म्हाराच्या मनात आपल्या सालस मुलींवर हात टाकण्याचा विचार जरी आला तरी त्याच्या गोट्या कपाळात जायला हव्यात.

**एकलव्य :** अर्जुन, अर्जुन...

[अंधार]

# अंक पहिला
## प्रवेश तिसरा

[इंडिकेटरवर प्राचीन जंगल.]

**सुशासन :** पाहिलंस तू अर्जुना? तू सुयोधना? अंगावर शहारे येतील एवढं सुंदर ते कस्तुरीमृग?

**अर्जुन :** सुभानअल्ला! खरंच हरीण होतं की आभास?

**सुयोधन :** खुदा क्या चीज थी! आपल्या बगिच्यात त्याला नेता आलं असतं तर माता गांधारी आपल्या सगळ्यांवर केवढी खूश झाली असती.

**द्रोणाचार्य :** अरे, जिंदा हवंय ना तुम्हाला ते? मग थांबलात काय? हक्काने घ्या. तुमचंच राज्य आहे.

**अर्जुन :** पण पकडायचं कसं? ते तर दिसायच्या आत नाहीसं झालं.

**द्रोणाचार्य :** अर्जुना, त्या तीन भल्याभक्कम धिप्पाड नरभक्षक ब्लड हाउंड्सना उगीच तयार केलंय का आपण? ताकीद दे त्यांना की हरिणाच्या एका केसाला धक्का न लावता घेरावो करा. तेवढ्यात आम्ही येतोच म्हणावं.

[विंगमधून कुत्र्यांच्या भुंकण्याचे कर्कश आवाज.]

**सुयोधन :** कसे तिरासारखे सुटलेत. प्रकाशाच्या वेगाने. आपली कुत्री आहेत म्हणून नशीब. वैऱ्यानंसुद्धा त्यांच्या तावडीत कधी पडू नये.

[अचानक कुत्र्याचे भुंकणे थांबते.]

**अर्जुन :** इतक्यात घेरलं पण त्या सुंदर हरणाला. काही म्हण सुयोधना, कुत्रा असावा तर ब्लडहाउंड, चला आपल्या हरणाला काबूत घेऊ.

**द्रोणाचार्य :** वेडेपणा करू नका. हरीणबिरीण कोणीच कुत्र्यांच्या तावडीत नाहीए. एवढं शिकलात पण अजून समजत नाही की श्वापद मिळाल्यावर मौन घेणाऱ्यांपैकी ब्लडहाउंडची जात नाही. मला धोका दिसतोय. त्यांना मारलं तरी

आहे किंवा काहीतरी अनुचित घडलंय. सावध पुढे चला.

**सुयोधन :** गॉड, लूक ॲट दॅट... किती अचानक सूर्याला ग्रहण लागलंय. विश्वासच बसत नाहीए. कुत्र्यांच्या तोंडातून ना शब्द ना रक्ताचा थेंब. फक्त प्रत्येकाचा जबडा आऽ वासून ठेवणारा एक एक बाण आणि हरीण तर नजरेसही नाही.

**भीम :** कोणाची ही बिशाद की आमच्या कुत्र्यांना जामीन ठेवलंय. मी तो बाण तोडूनच टाकतो.

[तो बाण काढायला पुढे धावतो.]

**द्रोणाचार्य :** खबरदार कोणी हललात तर. झाला आहे तेवढा मूर्खपणा पुरे. अर्जुना, काढ तुझ्या ठेवणीतला तोडगा बाण आणि धनुर्विद्येच्या शक्तीने त्या कुत्र्यांना त्यांचं स्वातंत्र्य परत दे.

[अर्जुन बाण लावतो आणि सोडतो. सगळे चकित होतात. मग द्रोणाचार्य सोडून सगळे हसतात. अर्जुनाचा चेहरा पडतो.]

**सुयोधन :** काय अर्जुनराव, आय ॲम द ग्रेटेस्ट ह्यावर गाणं पण लिहिलं असेलही तुम्ही. पण धनुर्विद्येत तरी सेकंड ग्रेटेस्टच.

**सुशासन :** काय इतकं मनाला लावून घेता राव. फॅक्ट्स आर फॅक्ट्स!

**द्रोणाचार्य :** शांत. इथे आपले जीव धोक्यात आहेत आणि तुम्हाला फक्त उपरोध सुचतोय. एवढे वीर असाल तर सोडवा आपल्या सगळ्यांना आता.

**एकलव्य :** (विंगेमधून बाहेर येत) माझ्या हरिणाचा नाद सोडला तर तुम्हाला सोडवायची गरज नाही.

**अर्जुन :** आम्ही युवराज. राज्य आमचं. प्रजा आमची, भूगोल आमचा, इतिहास आमचा. हवा आमची, तू आमचा, हरीण आमचं.

**एकलव्य :** मग न्या तुमच्या हरणाला.

**द्रोणाचार्य :** अर्जुनाचं म्हणणं मनावर घेऊ नका. जवान आहे. कधी पडतं घ्यावं ह्याचा त्याला अनुभव नाही. कोण तुम्ही?

**अर्जुन :** (चिडून, पण फक्त द्रोणाचार्यांना ऐकू जाईल एवढ्या आवाजात) पडतं? मी? पण तुम्ही वचन दिलं होतं की माझी बरोबरी करणारा धनुर्विद्येत जगाच्या पाठीवर दुसरा कोणीही नाही.

**द्रोणाचार्य :** कोण तुम्ही?

**एकलव्य :** हरीण माझं.

**द्रोणाचार्य :** होय. हरीण तुमचंच आहे. अर्जुना, प्रजेच्या संपत्तीवर राजपुत्रांनी डोळा ठेवणं शोभेसे नाही. कोण तुम्ही?

**एकलव्य :** काळाभोर एकलव्य... तुमचा शिष्य. लोटांगण घालतो. नाव विचारण्याचा शिष्टाचार तुम्ही पार पाडलात पण विचारण्याच्या आधीही तुम्ही मला ओळखलं होतं ना?

**द्रोणाचार्य :** आपण सगळेच जाणून असतो ना.

**अर्जुन :** (मागल्या वेळेपेक्षा थोडे मोठ्याने) पण तुम्ही वचन दिलं होतं.

**द्रोणाचार्य :** अर्जुना, एक छोटंसं सुभाषित सांगतो. सुभाषित आहे पण गोड नाही. आणि वारंवार बोललं जातं म्हणून त्याची धार जाते असंही नाही. वचनांपेक्षा सत्य स्थिती बलवान. जे आहे त्याच्याशी संबंध, समझोता आणि तडजोड करावी. माझ्या आयुष्यात मी एवढा अचाट धनुर्धारी कधीच पाहिलेला नाही. धन्य आहेत तुझे गुरू आणि विलक्षण नशीबवान की त्यांना तुझ्याएवढा प्रतिभावंत शिष्य मिळावा.

**एकलव्य :** आमचा गुरू एकच आहे, द्रोणाचार्य. तुमच्या शिष्यांचा आणि माझा. खरोखरीच त्यांच्या तोडीचा, त्यांच्या नखाची पण सर असेल असा गुरू जगात नाही. ते पहा तिकडे माझे गुरू. नीट न्याहाळून पहा. (एकलव्य द्रोणाचार्यांच्या एका छोट्या मूर्तीकडे बोट दाखवतो.) पाच वर्षं दर दिवशी पहाटे तीनला उठलो, शौच आणि स्नान तीन वाजून पंधरा मिनिटांपर्यंत आटोपलं. संध्या म्हटली. तुमच्या पुतळ्याला शिरसाष्टांग नमस्कार करून आशीर्वाद मागितला आणि मग त्या घनदाट जंगलाच्या काळ्याकुट्ट अंधारात मी मेणबत्तीशिवाय आणि चंद्रप्रकाश आणि ताऱ्यांशिवाय धनुर्विद्येचा सराव केला.

**द्रोणाचार्य :** अद्भुत आणि विलक्षण! तुझी कर्तबगारी स्वत:च्या डोळ्यांनी पाहिली नसती तर विश्वास नसता बसला. माझ्या पुतळ्याच्या ऐवजी माझ्या हाताखाली शिकला असतास तर आज कुठे पोहचला असतास, ह्याची तुला कल्पना आहे?

**एकलव्य :** संधी उपस्थित होती द्रोणाचार्य. तुम्ही गमावलीत.

**द्रोणाचार्य :** खरंय, खरंय.

**अर्जुन :** द्रोणाचार्य, तुम्ही वचन दिलं होतं, किती वेळा आठवण करून देऊ की मी जगातला सर्वश्रेष्ठ धनुर्धारी बनीन.

**द्रोणाचार्य :** अजूनही बनशील. अजूनही. खरोखरीच एकलव्य, कुठल्या शब्दांनी तुझं कौतुक करावं? यापूर्वी मी तपश्चर्या पाहिलीय. पण तू खरोखरीच पुरुषोत्तम आहेस. तू त्या धनुष्यबाणाने जे आजमावतोस आणि साधतोस ह्याची कल्पनादेखील सर्वसाधारण मनुष्यास करता येणार नाही.

**एकलव्य :** गुरुवर्य द्रोणाचार्य...

**द्रोणाचार्य :** (थांबवून) इतक्या वर्षांनी तुला भेटण्याचा आनंद आगळाच आहे. तुझी

माझ्यावरची निष्ठा पाहून मला गदगदून येतंय. असो. आता मला निघालं पाहिजे. पण गुरुदक्षिणा घेऊन तुझा सन्मान केल्याशिवाय काही मी तुझा निरोप घेत नाही.

**एकलव्य :** तो तुमचा हक्क आणि माझा धर्म आहे द्रोणाचार्य.

**द्रोणाचार्य :** एक छोटीशी आठवण, निमित्तमात्र.

**एकलव्य :** आज्ञा द्रोणाचार्य...

**द्रोणाचार्य :** तुझी खातरी आहे तू नाही म्हणणार नाहीस, एकलव्य?

**एकलव्य :** अविश्वासासाठी कारण नाही तुमच्याकडे.

**द्रोणाचार्य :** खरंय. पण तू नाही म्हणालास तर मला अपमान पेलवणार नाही. तो अपमान आपल्या संस्कृतीतील सर्वांत आदरणीय आणि अभिमानास्पद गुरू-शिष्य परंपरेचा होईल. ज्या परंपरेमुळे ज्ञान, धर्म आणि गुणांचं पुढल्या पिढीसाठी जतन केलं जातं.

**एकलव्य :** मागून पाहा, द्रोणाचार्य. मागा, विनाकारण खोळंबा न करता.

**द्रोणाचार्य :** बरं तर, एक मामुली किरकोळ देणगी एकलव्य. (पॉझ) तुझा उजवा अंगठा.

[अर्जुनाचे तोंड आश्चर्याने उघडे पडते. बाकीच्यांचा कानावर विश्वास बसत नाही. फक्त एकलव्याच्या चर्येत बिलकूल फरक पडत नाही.]

**एकलव्य :** तथास्तु...

[एकलव्य खाली वाकतो. थोडी माती गोळा करतो. तिच्यात थुंकतो. तिचा उजवा अंगठा घडवतो. वडाच्या पानात ठेवतो. गुडघ्यांवर जाऊन आपल्या ओंजळीतले पान आणि अंगठा द्रोणाचार्यांना अर्पण करतो.]

**एकलव्य :** जसा गुरू तशी गुरुदक्षिणा. माझे शब्द आठवतात अर्जुना, सूर्य अचानक ग्रहणात जाईल. अवेळी आलेल्या संधिप्रकाशात सत्यातलं आणि मृगजळातलं अंतर हिंदकळून निघेल. आकाश आणि वस्तुस्थिती बदललेली असेल. आणि तुला आपण भेटलो होतो याची आठवणसुद्धा राहणार नाही. पण सावध राहा अर्जुना, जो गुरू गुरुबंधूंमध्ये फरक करतो त्यापासून जपून. त्यांच्या वरताण आपल्याला जाता येतं आणि स्पर्धा आपल्या श्रेष्ठींशी केली तरच यश अधिकाधिक उजळ होत जातं. सांभाळ अर्जुना, त्या गुरूपासून सांभाळ, जो एकेदिवशी तुला त्याची अत्यंत गरज असेल तेव्हा शत्रुपक्षाशी सामील होईल.

## पहिल्या अंकानंतरचा कोरस

**कोरस :** मघाशी मी तुम्हाला विश्वासात घेऊन नाही सांगितलं की नाटकामधला महामंत्र म्हणजे अंतर. आता पटलं ना तुम्हाला? स्टेजवरही माणसं कशी वागतील, ह्याचा भरोसा नाही. विचित्र, विकृत. काय त्या अर्जुनाचा पाठलाग

करता करता एकलव्याचा सत्यानाश केला. असं कधी आपल्या जीवनात आणि जगात होण्याची शक्यता तरी आहे का? सांगतो ना, नाटक संपल्यावर आपण आणि आपली बेताची का असेना, साधीसुधी जीवनं बरी. ना कुणाच्या आध्यात ना मध्यात. आपण बरे आणि आपला छोटासा संसार पुरे. छोटेसे हेवेदावे, मुलांची लग्नं करून देणं, मित्रांकडे चहापाणी, सकाळी पेपर वाचणं, अधूनमधून दोन महारांचे का आदिवाशांचे डोळे काढलेले नाही तर त्यांच्या झोपड्या जाळून त्यांची जमीन हिसकावलेली. एक-दोन अपवाद सोडा. त्यामध्ये किती अफवा आणि किती सत्य आहे, हे कोणाला माहीत आहे? Thou hast committed formication but that was in another country and besides the wench is deal.

बऱ्याच वर्षांपूर्वी मी 'डायरी ऑफ ॲन फ्रॅन्क' हे नाटक बघायला गेलो होतो. काय बेफाम नाटक होतं म्हणून सांगू तुम्हाला! तुम्हीदेखील पाहिलं असणारच म्हणा. काय रडलोय मी! काय त्या मुलीचं धैर्य, काय त्या मुलीचा माणुसकीवरचा विश्वास. अगदी सद्गदीत, जड अंतःकरणाने बाहेर पडलो मी. कोणाला वाटावं, मीच ॲन फ्रॅन्क. नाटक सुरू झाल्यावर तिच्यातलं आणि माझ्यातलं अंतर इतकं सरलं की आम्ही संपूर्ण एकजीव झालो. माझं हृदय उंच उंच भराऱ्या घेत होतं. त्या दिवशी हिटलरचं ज्यूंविरुद्ध तुफान भाषण ऐकताना दर वाक्याला Heil Hitlerच्या आरोळ्या ठोकताना जेवढं थोर वाटायचं तेवढं. कसे विसरू शकेन ते सुंदर अद्भुत दिवस मी! ऐन जवानीतले, कोवळ्या तारुण्यातले. कडक इस्त्रीचा स्टार्च्ड ब्राऊन शर्ट आणि स्टार्च्ड ब्राऊन शॉर्ट्स आणि बाहीला तिरका स्वस्तिक... खरंच. किती थोर आणि जबाबदार वाटायचं मला तेव्हा. नाटक संपल्यावर मी पायऱ्यांवर स्वप्नात असल्यासारखा रेंगाळलो. कोणीतरी जवळपास म्हणालं, ''छे काय भयाण, क्रूर, आसुरी माणसं होती ती नात्झी मंडळी. काय त्या बिचाऱ्या मासूम पोरीचे हाल केले.'' माझ्या आफिमी दैवी अंतराळातून मी त्या सद्गृहस्थावर एक ओझरता कटाक्ष फेकला आणि फाशीची पायाखालची फळी ओढतात तसा ठार झालो. तोच सद्गृहस्थ ज्याचा चेहरा मी सात जन्मात विसरू शकणार नाही. ॲन आणि तिच्या नातेवाइकांना धरून मी आणि माझे साथीदार जिने खाली उतरताना एक उंदरासारखा चेहरा दार उघडून आम्हाला पाहून परत बिळात गडप झाला. थोडा कावराबावरा, थोडा आपल्यावर बेतलं नाही म्हणून देवाचे आभार मानणारा, थोडा दुसऱ्यांचे दिवस भरलेत म्हणून सुखावलेला. एक साधा मामुली चेहरा. इतर करोडो मामुली चेहऱ्यांसारखा. माझ्या मनात लेझरने कोरलेला. माझ्याइतकाच वलय घेऊन परतलेला. काय

बेफाम नाटक असणार नाही? की सारा प्रेक्षकवर्ग ॲन फ्रॅन्कशी इतक्या तन्मयतेने एकरूप होऊ शकतो? थोड्या वेळाने एक विचार माझ्या मनाला चाटून गेला. साल्यांनो, सगळेच ॲन फ्रॅन्क मग दुसरं महायुद्ध झालंच नसणार. मी सोडून साऱ्या जर्मनीत एकही नाझी नसणार. असलाच तर तो केवळ कल्पनाविलास. आणखीन असली नाटकं लिहिली गेली पाहिजेत की नाही? म्हणजे स्टॅलिनचे पर्जिस, भारत-पाकिस्तानच्या विभागणीनंतरची तुफान कत्तल, व्हिएतनाममधल्या नापामच्या आगीत होरपळणारी लाखो मुलं, बाया, बापडे, बिहार, सोमालियामधले दुष्काळ. सगळेच बेपत्ता होतील.

[आजीवर स्पॉटलाइट येतो.]

**आजी :** आणि मग काय झालं माहीत आहे का? पाची पांडव, शंभर कौरव, कर्ण आणि इतर बरेच राजे, राजपुत्र द्रौपदीच्या स्वयंवराला गेले.

**[पहिला अंक समाप्त]**

# अंक दुसरा
## प्रवेश पहिला

[इंडिकेटरवर पांचाळ देश. द्रौपदी स्वयंवर. दु:शासनाने धनुष्याला बाण लावला आहे. स्टेजच्या मध्यभागी चकचकीत कढई. जमल्यास वरती मासा. कढईच्या डावीकडे पांडव, उजवीकडे कौरव आणि कर्ण. कढईच्या पलीकडे द्रौपदी.]

**नकुल :** अंहं हे नाही चालायचं. डोळ्याच्या कोपऱ्यातून वरती बघणं मना. मघाशी पांचाळ राजांनी काय सांगितलं? कढईत बघा आणि बाण माशाच्या डोळ्यात सोडा. No cheating please.

**सुयोधन :** गप्प रे. सुशासनाला कॉन्सन्ट्रेट करू देशील की नाही?

**भीम :** जसं काय त्यानं जिंकावं अशी तुझी इच्छा आहे.

**सुयोधन :** पांडवांना द्रौपदी मिळाली नाही तर पाऊण काम फत्ते. मग सुशासनाला मिळाली किंवा माझ्या उरलेल्या भावांना, कर्णाला किंवा मला मिळाली तरीही मी तेवढंच समाधान मानीन.

[नकुल आणि सहदेव सुशासनाचा नेम चुकतो तेव्हा गडबडा लोळतात.]

**नकुल आणि सहदेव :** हां हां... हाताला मुंग्या आल्या म्हणून नेम चुकला की डाव्या डोळ्यात मोतीबिंदू आहे म्हणून?

**सुशासन :** बघू ना तुम्ही दोघं काय दिवे लावताहात ते.

**नकुल :** बघाच. हा बघ धनुष्याला बाण लावला आणि हा...

**सुयोधन :** आणि हा हुकला. जा बसा आणि पाठवा तुमच्या लंगोटीयार बंधूला. खरं सांगायचं तर सांग त्याला की फजिती व्हायची इच्छा नसेल तर आत्ताच चक्कर येऊन पड.

[सहदेव बाह्या वर करतो आणि चुकून बाण कढईत पडतो. हशा. त्याच्याकडून सुयोधन धनुष्य हिसकावतो आणि बऱ्याच वेगवेगळ्या पोझिशन्स आणि अँगल्स ट्राय करतो. शेवटी बाण निशाणाला लागत नाही.]

**भीम :** क्या बात हैं. लो अँगल, लाँग शॉट, क्लोजअप, पॅ...न. झू...म, नाचता येईना अंगण वाकडं, खेचता येईना निशाण फाकडं. सुयोधन, प्लीज ॲक्सेप्ट माय हार्टफेल्ट कंडोलनसिझ.

**सुशासन :** ए किंगकाँगची अम्मा, गारगाटुआ का भतिजा, व्हा पुढं. बघूया काय दिवे लावणार आहेस ते.

**भीम :** अरे छाती असेल तर ये ना सामोरा. दुरूनच डोंगर साजरेवाले, एक एक बरगडी तोडीन तुझी.

**सुयोधन :** राव, हिथं कुस्त्या नाय आज. त्या हुद्या कोल्हापुरात. तुमची वाट चुकला वाटतं. हिथं स्वयंवर हाय. म्हंजे लगीन. तर बाणाला एक एरोप्लेन स्पिन, ड्रॉप किक आणि नेक चॉप द्या आता. तरी काय वाईट नाय. डोळ्याला न्हाय तर शेपटाला तर लागला. काय पहेलवान?

**सुष्यासन :** (हळूच) हो पुढे कर्णा, आता कौरवांची सारी भिस्त तुझ्यावर आहे. शिवाय ऑलिपिंक्समध्ये तुला प्रवेश मना करून तुझी जी नालस्ती आणि अपमान झाला त्याचा वचपा काढ.

**द्रौपदी :** पहिलं धनुष्य खाली ठेव आणि सांग, कोण तू?

**कर्ण :** मी कर्ण. अंगदेशाचा होणारा मालक.

**द्रौपदी :** कायद्याने आणि कौरवांच्या मेहेरबानीने. वंशाने तर तू सारथीपुत्र. प्रयत्नांती परमेश्वर, कर्णा पण उसन्या राज्यपदाने स्वयंवरात प्रियाराधनाचा मान तुला मिळू शकणार नाही. पाचपन्नास देशांचे राजे आणि राजपुत्रांनी जातीने येऊन आजच्या समारंभाला शोभा दिलीए. त्यांच्यासमोर तुझा आणखीन अपमान होऊ नये अशी तुझी इच्छा असेल तर निमूटपणे आपल्या पाठीराख्यांच्या कुशीत जाऊन बस.

[कर्ण, सुष्यासन, सुयोधन रागारागाने निघतात. एवढ्यात अर्जुनाचा बाण थेट माशाच्या डोळ्याला छेदतो. सर्वत्र जयजयकार होतो. कर्ण वळतो आणि अर्जुनाकडे येतो. क्षणभर जयजयकारातली हवा जाते आणि सगळे काहीतरी अनपेक्षित आणि वाईट होईल याची वाट पाहतात. हार घेतलेली द्रौपदीसुद्धा जागच्या जागी खिळून राहते.]

**कर्ण :** That was a beautiful shot; I don't think I could have matched that. द्रौपदी भाग्यवान आहे.

[मग तो निघतो. द्रौपदी अर्जुनाच्या गळ्यात माळ घालते. तो तिचे हात आपल्या हातात घेतो.]

**अर्जुन :** द्रौपदी, निशाणाला बाण लागला म्हणून तुझ्यावर माझ्याशी लग्न करायची जबरदस्ती नाही. फक्त स्वेच्छेने लग्न कर. मंडपातला जो तुला पसंत आहे त्याच्याशी. मग तो कर्ण का असेना.

**द्रौपदी :** एकशे बहात्तरदा धनुष्य ताणलं गेलं. एकशे बहात्तर बाण सुटले आणि एकशे बहात्तर वेळा गेल्या दोन तासात मी मेले. दर वेळेला माझी एकच प्रार्थना होती की नेम फसो आणि मला नको असलेला पुरुष माझ्या बोकांडी न पडो. मग तू धनुष्य हातात घेतलंस आणि मी प्रार्थना म्हणायला विसरले. सर्वांगाने आणि साऱ्या जगाला जरी विरोध करावा लागला तरी तुझीच रे तुझी अर्जुना... दुसऱ्या कोणाचा तीर वर्मी लागला असता तरी तुझी शपथ अर्जुना, त्याच्या शय्येतून पळून मी तुझा पाठलाग करून तुझ्याकडूनच माझं कौमार्य गमावलं असतं.

**अर्जुन :** मग चल द्रौपदी. ह्यापुढे तुझ्या पुऱ्या आयुष्यात तुला माझ्याशी लग्न केल्याबद्दल पश्चात्ताप करावा लागणार नाही. स्वयंवरात एकशे बहात्तर वेळा तुझं सारं विश्व बेचिराख झाल्याचं तू अनुभवलंस ना? त्याची भरपाई आता आपण करूया. एकशे बहात्तर शतके आपण एकमेकांवर अविरत अफाट प्रेम करूया. तोच संभोग पुन्हा कधीही आपण भोगणार नाही. प्रत्येक मैथुनाचे अंतरंग वेगळे, प्रत्येक मैथुनातून एक संपूर्ण नवीन प्रेयसी आणि एक अनोखा प्रियकर. चल, चल द्रौपदी, एकशे बहात्तर शतके आपली वाट पाहताहेत आणि वेळ अपुरा पडतोय. दादा, भीम, नकुल, सहदेव चला, चला आपल्या घरी लवकर पोहचूया. म्हणजे सूर्यास्ताच्या आत आई नवीन सुनेचं स्वागत करील. [स्टेजच्या पाठी सूर्य जमिनीला टेकून तरंगत आहे.] आई, आई, आई कुठे आहेस तू? सात जन्मात तू ओळखू शकणार नाहीस अशी अप्रतिम सुंदर भेट आणलीए तुझ्याकरिता.

**कुंती :** (विंगमधून) अर्जुना, सात जन्म मी वाट बघू शकणार नाही रे बाबा. त्यापेक्षा तू माझ्याकरिता जे काही आणलेस ते तुझ्या पाच भावंडांत वाटून घे, नेहमीप्रमाणे. [स्टेजवर विचित्र बधिर कानठळ्या फोडणारी शांतता. एका मिनिटाने द्रौपदी गोड हसते.]

**द्रौपदी :** अर्जुना, सांग आपल्या आईला की ह्या वेळेस हिरे, माणकं, एक नवीन बळकावलेला प्रांत किंवा ख्रिसमसचा चॉकलेट केक न आणता तू स्वत:साठी एक बोलकी, हसणारी, आनंदाने वेडी झालेली स्त्री आणली आहेस. जी एकाची, फक्त तुझी आहे. पाचांमध्ये विभागली जाणारी नाही.

**अर्जुन :** आई, हे काय करून बसलीस गं? हे कसं निस्तरणार मी?
[पुन्हा तीच स्तब्धता. द्रौपदीला काहीतरी भयानक घडल्याची चाहूल लागते. पण तिचा विश्वास बसत नाही.]

**द्रौपदी :** अर्जुना, हा खेळ थांबव. तू त्यांना स्पष्ट सांगत का नाहीस? एवढं काय

अभद्र किंवा भयंकर घडलंय जे आपल्याला पुसून टाकता येणार नाही? त्यांचं सांगणं म्हणजे काही ब्रह्मवाक्य नाही. त्यांना बोलव बाहेर. त्यांना मला बघू दे. त्यांना माहीत आहे की स्त्री ही काही पुरुषाची स्थावरजंगम मालमत्ता नाही. ती स्वतंत्र मनोदेहाची पुरुषाची बरोबरी करणारी साथीदारीण आहे.

**कुंती :** (विंगेमधून) अर्जुना, त्यांना सांग की मी आज बाहेर येऊ शकत नाही. माझी जरा अडचण आहे.

**द्रौपदी :** बाहेर नाही आलात तरी शब्द बदलाल ना?

**धर्मराज :** आईने दिलेला शब्द कधीच माघारी घेतला जात नाही.

**द्रौपदी :** असं कोण म्हणतं?

**भीम :** आमच्या घरी तरी नाही.

**द्रौपदी :** अर्जुना, आपण घर बदलूया.

**अर्जुन :** पण आईचा शब्द कोण आणि कसा मोडणार?

**द्रौपदी :** अरे, तू एक म्हणालास आणि तुझ्या आईने वेगळा अर्थ लावला. एवढा साधा गैरसमज आणि त्याला तू आयुष्यभर बांधून घेणार? किती लवकर आजची सकाळ विसरलास तू? तुझी वचनं, आश्वासनं आणि उफाळता आनंद. जेव्हा तू धनुष्याला बाण लावलास तेव्हा तुझ्या तलम नि कमालीच्या बळकट स्नायूंची वीण तणावामुळे टपोरी झाली. डावा पाय पुढे आणि पायांत बरोबर दीड फुटाचे अंतर. धरणीकंप झाला तरी तोल जाणार नाही इतके सहज आणि पक्क्या बॉलबेरिंग्जवर रोवलेले. मन अचल, डोळ्यांमध्ये समाधीची सुटसुटीत एकाग्रता. तुझ्याएवढ्या बेमालूम पुरुषाला मी तोपर्यंत कधीच पाहिलं नव्हतं. बाण सुटला आणि बेभान होऊन मी तुझ्याकडे धावले आणि माझा पाय चौरंगावर अडखळला. मी भानावर आले. माझे डोळे अचानक कर्णाच्या डोळ्यांशी भिडले. लग्नमंडपात त्या एकट्याने माझं नागडंउघडं मन ताडलं होतं. माझ्या कांतीतलं रक्त सारं ओसरलं. पण ते सवयीनं, शरमेनं नव्हे. चल अर्जुना, सकाळचा समागम अजूनही तुझ्या-माझ्यासाठी आतुर, हपापलेला आहे. दे माझ्या हातात तुझा हात...

[अर्जुन तिच्या हातात आपला हात द्यायला पुढे होतो. त्यांचे हात एकमेकांना स्पर्श करतात. तोच सारे उन्मत्त भाऊ एकदम जागे होतात.]

**धर्मराज :** अर्जुना, आता हक्क फक्त तुझ्या एकट्याचा नाही उरला.

**भीम :** होय, आता आपण सगळे भागीदार.

**नकुल, सहदेव :** आणि द्रौपदी आपलं भांडवल. आम्हा दोघां कच्च्या लिंबांचं पण.

[अर्जुन कचरतो.]

**द्रौपदी :** तुम्हा सगळ्यांना वेड लागलंय. ठार ठार वेड लागलंय. केवळ आई

म्हणाली म्हणून तुम्ही मला वाटणार? आणि मी? मी माधुकरी तुम्हा पाचांकडे वार लावणार? ऐक अर्जुना, नीट लक्ष देऊन ऐक. तू मला स्वयंवरात जिंकलंस. ते तुझे चौघे भाऊ आपल्या कर्माने हरले. राहीन तर तुझ्या एकट्याबरोबर. पाच भावांना ठेवलेली म्हणून नाही. तू येतोएस का नाही?

**अर्जुन :** केवढ्या मोठ्या आकांक्षेने आणि अपेक्षेने तुला ह्या घरी आणलं, द्रौपदी. तुझ्या रूपाने साऱ्या कौरव जमातीचं नाक ठेचलं मी. पांडवांच्या घरी सासू-सुनेचं पटणार नाही, असं कोणी मला सांगितलं असतं तर मी त्यांचं नरडं दाबून गळा घोटला असता.

**द्रौपदी :** तर मग माझ्या बायल्या नवऱ्या, घोट माझा गळा. कारण मीच ते सांगते तुला. तुझ्या त्या अदृश्य आईचं आणि माझं सात जन्मांत पटणार नाही. वांझ होऊन युगं लोटली. विटाळाचं सोंग करत्येय. माझ्यावर जळून मला फिरत्या रंगमंचावर बसवून पाच पुरुषांची वेसवा बनवायला निघालीय.

**धर्मराज :** द्रौपदी, गैर बोलून काहीच साधणार नाही. आईची आज्ञा हा मुलांचा धर्म आहे. आम्ही पाच पांडव. आमच्यात ना हेवा ना वैर. आमच्या प्रेमाला आणि सौख्याला आख्यायिकांमध्येसुद्धा तोड नाही. तुझी आणि अर्जुनाची जोडी साऱ्या जगाला डोळे दिपवणारी. पण पाच पांडवांची आणि द्रौपदीची आगळी जोडी त्रिभुवनात नाव गाजवेल. शारीरिक संभोग ही प्राणिमात्रांची व्याख्या होते. त्याहून अगणित पटीने सुंदर आणि मनुष्यजातीचा गौरव करणारी गोष्ट म्हणजे दोन आत्म्यांचा मिलाफ.

**द्रौपदी :** (तिचा धर्मराजाच्या बोलण्यावर विश्वास बसत नाही.) You can't be serious. Honest, I've never heavd anybody talk such immaculate shit and believe in it. तुझं नाव धर्मराज ना? आणि तू जगातला सर्वांत खराखुरा माणूस आहेस ना? मग सांग तुझ्या भावाला की त्याच्या बायकोवर तुझा काडीमात्र हक्क नाही.

**धर्मराज :** स्वयंवराच्या नियमानुसार आम्हा भावांचा अर्जुनाच्या स्त्रीवर खरोखरीच हक्क नाही. पण सत्यसुद्धा काळाची चाकरी करतं. वर्तमानातलं सत्य सर्वोच्च सत्य. आईचे शब्द तुझ्या स्वयंवरानंतरचे असल्यामुळे त्याचं प्रभुत्व निर्विवाद आहे. त्यानुसार माझा तुझ्यावरील शय्याहक्क प्रथम आहे.

**द्रौपदी :** माँ के लाल, किती फसवणार स्वत:ला आणि मला? माझ्याबरोबर झोपायला आईचं निमित्त कशाला? निदान स्पष्ट बोलला असतास तर तुला एकदा, फक्त एकदा जवळ केलं असतं. भीमा, तू शब्दांचा कीस काढून खोट्याचं खरं करत बसणार नाहीस ना? मी तुझी बायको नव्हे हे तुला पटतं ना?

**भीम :** आई म्हणाली, तू आम्हा सर्वांची.

**द्रौपदी :** (ती नकुल आणि सहदेवाकडे बघते आणि शिसारी आल्यासारखी शहारते.) सगळे भाऊ सारखे आहेत. त्यांना सगळ्यांना माझ्याशी झोपायचंय आणि त्यांची मॅडम त्यांची आई आहे. पण प्राण गेला तरी मी ह्या घराच्या कुठल्याही पुरुषाशी संबंध ठेवणार नाही. देवा, तू कुठेही अस पण माझे शब्द लक्षात ठेव. पंडूच्या साऱ्या संततीवर माझा शाप असो. त्यांच्या आणि त्यांच्या संततीच्या तोंडाशी आलेला घास नेहमी विष ठरो. जसं मला या कुंतीनं माझ्या नवऱ्यापासून दुरावलं तसं तिची आपल्या मुलांपासून ताटातूट होवो.

**धर्मराज :** सांभाळ द्रौपदी, पंडूच्या घरातला सर्वांत नवीन घटक तू आहेस.

**द्रौपदी :** मी निघाले. वेश्याच व्हायचे असेल तर पाचांची का?

[पाठीमागे शे कौरव व कर्ण चालत जात असताना दिसतात.]

ते बघा शे कौरव माझ्याकरिता लाळ ओघळत बसले आहेत आणि बाजूला कर्ण. कर्णा, कर्णा माझे सारे गुन्हे कबूल. मला जन्मभर माफ न करता दर घटकेला प्रायश्चित्त दे पण मला चोर, भोंदू पांडवांपासून वाचव. (कर्णाचे डोळे दूरवर खिळले आहेत. द्रौपदी त्याचे हात धरते आणि गदागदा हलवते.) मला अपमान सहन होत नाही रे, कर्णा. बारा तासात मी स्वतःला एका राजकुमारीच्या बदली वेश्येसारखी बघू लागले आहे.

**कर्ण :** (त्याचे भान अजून दूरवर आहे. पण तो द्रौपदीला प्रेमाने जवळ धरतो आणि तिच्या डोळ्यांवरून, चेहऱ्यावरून हळूच हात फिरवतो.) अपमान सहन झाला नाही तरी गिळावा लागतोय ना? मी तुला शेवटी पाहिलं त्यानंतर किती वर्षं झडलीएत? दहा, पंधरा की पन्नास? तू तरुण होतीस आणि मी प्रेमात. स्वयंवरमंडपात मी तुला पहिल्यांदा पाहिलं आणि मला आत काहीतरी खाडकन तुटल्यासारखं वाटलं. पण त्या तुटण्यामुळे मी मोडलो नव्हतो. फक्त मोकळा झालो. मी श्वास घेतला तर सारी पृथ्वी घशात गेली आणि उच्छ्वास केला तेव्हा आकाश माझ्या नाकपुड्यांतून बाहेर पसरलं. तू इतकी साधी आणि अनुभवापासून मोकळी होतीस की तू माझ्याकडून कसलीही अपेक्षा केली असतीस तर मी त्या अपेक्षेच्या मोलाने वाढलो असतो. माझ्याकडे एक उसनं मुंगीएवढं राज्य असताना मी साऱ्या विश्वाशी एक अश्वमेध यज्ञ करायला उठलो होतो. पण तेव्हा सकाळ होती आणि आता सूर्य खाली जाऊन दीड तास झाला आहे.

**द्रौपदी :** कर्णा, मी पण तेवढ्या अवधीत सूर्याएवढा प्रवास केलाय रे. तू मला घेऊन जा. आणि आपण आतापर्यंत जे घडलंय ते विसरून जाऊ.

**कर्ण :** (त्याने तिला ऐकलेले नाही) तेव्हा सकाळ होती आणि माझं पहिलं प्रेम.

आता रात्र. जास्तीतजास्त तू माझ्या पेंगलेल्या पौरुषाला जागं करू शकशील. पण ते तर काय कुठचीही अठन्नीचवन्नीवाली करू शकेल. जाऊ दे द्रौपदी.

[पुढे प्रेक्षकांमध्ये आवाज. थोडा गोंधळ. ताबडतोब कोरसमधले चार पुढे सरतात. हाणामारीचा आवाज. अचानक कोरसमधला एक पिस्तूल काढतो. आणि एका प्रेक्षकाला चार गोळ्या घालतो. संपूर्ण निश्चल गारठलेला हॉल. कोरस येतो.]

**कोरस :** ओके, ओके... Easy everybody. Relax! Relax! काळजी करण्याचं काही कारण नाही. तमाशाशिवाय नाटक कसं व्हायचं? कोणीतरी ज्यादापणा करत होतं, पण आपल्या मित्रमंडळींनी तत्काळ ॲक्शन घेऊन सगळं काही आटोक्यात आणलंय.

[त्या प्रेक्षकाचा रक्ताळ देह ते चौघेजण घेऊन जातात.]

**कोरस :** मिलान कुंडेरा म्हणाला होता की जीवनात ड्रेस रिहर्सलला जागा नाही. बोललेला शब्द पाठीमागे घेता येत नाही. काडीमोड घेता येतो पण झालेलं लग्न पुनर्विचाराने बदलता येत नाही. सांडलेली वर्षं, जवानी, म्हातारपण परत मिळवता येत नाही. बायकोवर केरोसीन ओतून काडीने आग लावली की फेरफार करता येत नाही. गेलेलं मिनिट आणि सेकंद भूत बनतं आणि मानेवर बसतं. पर्मनंटली! म्हणून तर कादंबरी, बोल्ड अँड द ब्यूटिफुल, स्टार टीव्ही आणि नाटकं माणसांना प्रिय. दे आर अवर सेकंड चान्स.

ह्या बेडटाइम स्टोरीलाच बघा ना. जे पाहिजे ते — अदलाबदल, अनहोनी-होनी, फेरफार, पुनर्विचार काहीही चालतं. कारण (हातातला यो यो सर्वत्र घुमवतो.) नाटकात काळ यो यो आहे. भूत, वर्तमान, भविष्य सगळे मागे-पुढे करता येतात. पौराणिक आणि आधुनिक ह्यांमध्ये हेराफेरी करता येते.

तुम्हाला इथे स्टेजवर यायला आवडेल ना? हिरो आणि हिरॉइन, खलनायक, सपोर्टिंग ॲक्टर आणि ॲक्ट्रेस म्हणून? जे जे काही जमलं नव्हतं ते सगळं सगळं करता येईल ह्या लाकडी उंचवट्यावर. ट्रॅपिझ आर्टिस्ट किंवा आइनस्टाईन बनता येईल. पुरुषांच्या बोच्यात लाथ घालता येईल. 'कामसूत्रा'तला वेडावाकडा स्वर्गीय संभोग इथे करता येईल. माधुरी दीक्षित आणि अमिताभ बच्चन बनता येईल. (उसासा) बट आय ॲम सॉरी. नो गो. माझ्या कारकिर्दीत तसे होणे नाही. अंतराचा मंत्र आहे ना, मग हे कसं शक्य आहे? आम्ही इथे तुमची अख्खी जीवनं ह्या प्रोसिनियम स्टेजच्या चौकटीत नागडी-उघडी करू शकतो. संपूर्ण महाभारत पुन्हा लिहू शकतो. शंका आहे तुम्हाला? (हसतो) पाहाच तुम्ही.

**[अंधार]**

# अंक दुसरा
## प्रवेश दुसरा

[रुपाली पांढऱ्या साडीत ड्रेसिंग टेबलसमोर बसलेय. बाजूलाच तिची सासू उभी आहे.]

**रुपाली :** (कपाळावरचं भलंमोठं कुंकू पुसत) झालं समाधान? (गळ्यातील मंगळसूत्र तोडून खाली टाकत) हॅपी? (सासूने हातात धरलेल्या ट्रेमध्ये आपल्या हिरव्या बांगड्या टाकत) झाला आत्मा शांत? आता आपल्या दोघींची अवस्था सारखीच— एकाकी आणि सत्ताहीन! मला खरंतर हे सगळं करायचं नव्हतं. आई. (सासूबाई) मला जगाला दाखवून द्यायचं होतं की सासू आणि सुना एकमेकींच्या अगदी जिवलग, विश्वासू मैत्रिणी होऊ शकतात. जाऊ दे. तुम्ही पाच मुलांच्या आई— आता लोक म्हणायचे, तुमचा नवरा केवळ कुंकवाचा धनी— तुम्ही कुठे पर्वा केलीत? — म्हणून तर ही सगळी मुलं देखणी आणि सर्वगुणसंपन्न— सामान्य लोकांच्या तुलनेत, नक्कीच तुमचा गोंधळ झाला असणार आणि तुम्हाला वाटत असणार की आपण जणू काही पाच पांडवांनाच जन्म दिलाय आणि अख्ख्या जगात आपल्याशिवाय त्यांची बायको होण्याची कोणाचीही लायकी नाही.

माझा तुम्ही सुरुवातीपासूनच द्वेष करत आलात. माझ्या लग्नापूर्वीपासूनच. अर्थात त्यात तुमचा दोष नाही. आपल्या दोघींची खानदानंच दोन टोकांची. अगदी कथा-कादंबऱ्यांसारखी. तुम्ही सरंजामी पण दरिद्री, आम्ही नवश्रीमंत. एवढ्या पैशाचं करायचं काय या काळजीत! लग्नात बाबांनी मला अगदी सोन्या-नाण्यांनी मढवली होती. खरंतर ते सगळं तुमच्याच दरिद्री घरात आलं असतं आणि आलंदेखील—त्या वेळी तुम्ही केवढा तमाशा केलात! आपण किती उथळ होतो नाही? हिंदी पिक्चरमधील लाइफ म्हणजेच खरं लाइफ असंच वाटायचं आपल्याला. तरीही लग्नाआधीच्या एका पार्टीला बाबांनी कॅब्रे ठेवला तर तुम्हाला

तुमची सरंजामी प्रतिष्ठा सांभाळताना नाकीनऊ येत होतं. आणि खरंतर तो कॅब्रे नव्हताच. साधा मुजरा तर होता.

मी मात्र माझं वेगळेपण सिद्ध करणार. मलाही आता वाटतंय, सरंजामदार सुरुवातीला नवश्रीमंत माजोरडेच असणार. (सासू गोंधळलेली) का आपण एकमेकींना पाण्यात पहातोय? कशामुळे? की हे सगळं आनुवंशिक आहे? मीसुद्धा माझ्या सुनेबरोबर असंच वागणार? कधी कधी मला वाटतं, अनुभवांनी माणूस शहाणा नाही बनत. उलट अनुभव त्याच चुका परत परत करण्यास आपल्याला प्रवृत्त करतात. पुरुषांना आपण क्रूर म्हणतो पण बायकांची परिस्थिती काही वेगळी नाहीए. हुंडाबळी नवरे नाही घेत, तर सासू आणि मुलं घेतात.

**बिमल :** (मडकं घेऊन येतो.) थकलेलाच जीव होता तो. राख व्हायला फक्त पंधरा मिनिटं घेतली. (आईजवळ जाऊन) राज गेला म्हणून काय झालं? मी आहे ना तुमची काळजी घ्यायला. सगळा कारभार मी हातात घेईन आणि कोट्यवधीचं साम्राज्य उभं करीन. (आई जाते.) तू मला इतकी आवडतेस. तरी त्यानं मरावं अशी माझी बिलकूल इच्छा नव्हती. खरोखरच! खोटं नाही. खरंच मी त्याच्यावर केवढं प्रेम केलंय.

**रुपाली :** माहित्येय मला. तो तुझा भाऊच होता. आणि तेवढंच प्रेम मी पण केलंय.

**बिमल :** तुझ्याशी लग्न झाल्यापासूनच मला त्याचा त्रास होत होता. पण याचा अर्थ त्यानं मरूनच आपल्या मार्गातनं दूर होणं—

**रुपाली :** कावळ्याच्या शापानं काही गाय मरत नाही. तसं म्हटलं तर आपण पहिल्यापासूनच प्रेमी आहोत. राज असो नसो.

**बिमल :** तू मला प्रेमिका म्हणून नको होतीस. फक्त माझी हवी होतीस.

**रुपाली :** तुला तुझी बायको आहे ना?

**बिमल :** ते मला काही सांगू नकोस. अजूनही माझ्याशिवाय तुझ्यावर कोणीही हक्क सांगितलेला मला आवडत नाही.

**रुपाली :** तुझ्या बायकोला हे आवडणार नाही. शिवाय, मला काय वाटतं याचाही तू विचार केलेला बरा.

**बिमल :** ठीक आहे. मी तिला काडीमोड देतो.

**रुपाली :** एवढं बोललं की झालं? तीनदा फक्त तलाक म्हणायचं की काम फत्ते!

**बिमल :** काहीही केलं तरी आम्हीच खड्ड्यात! दोन दगडांवर पाय ठेवून कसं चालेल?

**रुपाली :** ए! जाऊ दे ते! जवळ घे मला. आणि राज जायच्या आधी झालेल्या मनस्तापावर विचार करायचं सोडून दे.

**[अंधार/प्रकाश]**

**बिमल :** तू माझ्याशी लग्न करशील?

**रुपाली :** जरा घाई होतेय असं नाही तुला वाटत? अजून तुमच्या बंधूंची रक्षा गंगेत सोडली नाहीए.

**बिमल :** किती दिवसांची गॅप सोयीची होईल?

**रुपाली :** सध्या तरी एक दिवस.

**बिमल :** कधी?

**रुपाली :** डायरेक्टर बोर्डाच्या वार्षिक मीटिंगमध्ये तू मला मत देशील?

**बिमल :** तुला? कशासाठी?

**रुपाली :** अध्यक्षपदाकरता. तुझे पाच टक्के शेअर्स. माझं काम होईल.

**बिमल :** अगं, आमचे शंभर दिवटे चुलत भाऊ आमचा बिझनेस हातात घ्यायचा भयानक कट रचताहेत. आणि तुला गंमत वाटतेय? मूर्ख! तुझं डोकं फिरलंय? हे मर्दाचे डावपेच आहेत. त्या शंभर जणांशी खेळणं तुझ्या मेलेल्या नवऱ्यालासुद्धा जमलं नसतं. मला त्यासाठी आकाशपाताळ एक करावं लागणार आहे.

**रुपाली :** ते दिवटे! कारस्थानी — पण तुझीही पंचाईतच होणार आहे. तुला आज वाटतं साम-दाम-दंड-भेद केला की काम होईल. झापडं काढा जरा. सौदेबाजीचा सवाल आहे हा.

**बिमल :** तू स्वत:ला काय समजतेस? आणि बिझनेसमधलं तुला काय समजतं?

**रुपाली :** गेली दोन वर्षं त्यांना चार हात कुणी दूर ठेवलंय? तुझ्या लेच्यापेच्या भावानं नाही. मी माझ्या वडिलांची मुलगी आहे. अत्यंत धूर्त आणि वेळ पडल्यास क्रूरदेखील.

**बिमल :** अच्छा! आमचा त्राता म्हणजे नव्या युगातली स्वत:ला स्वतंत्र समजणारी एक स्त्री होणार तर! आणि तू पुरुषावर मात करणार, त्याचं खच्चीकरण करणार. आपलंच नाक वर म्हणून मिरवणार. माझ्या गरीब भावाच्या वाट्याला हीच दशा आली. आमच्या खानदानानं चौथ्या पिढीत प्रवेश केला त्या वेळी तुझ्या बापानं सायकल दुरुस्तीचं दुकान मांडलं. जा तुझ्या बापाकडे परत. तुझ्या खर्चासाठी तो हमखास खेळण्यांचं दुकान घालून देईल.

**रुपाली :** (दुखावून) आपण असं एकमेकांना टोचून नाही बोललो तर नाही चालणार?

[हात फैलावून ती त्याच्याकडे जाते. तो दूर होतो.]

**बिमल :** जवळ येऊ नकोस. तुझ्या या खोट्या प्रेमानं मी पाघळणार नाही.

**रुपाली :** इतकी वर्षं एकत्र राहूनही हेच शेवटी फळ? आपली वैयक्तिक आणि

व्यावसायिक जीवनं आपल्याला वेगवेगळी नाही ठेवता येणार?

**बिमल :** तू काय मला मूर्ख समजतेस? मला माहित्येय माझ्या भावांना नादी लावून स्वत:करता मतं मिळवणार आहेस. एखादा गळाला लागेलही. पण त्यानं काहीच साध्य होणार नाही. आई परक्या व्यक्तीच्या हाती सत्ता जाऊच देणार नाही. ती तुझा किती द्वेष करते ते तुला माहितीए.

**रुपाली :** तुझ्याएवढीच मीही आता खानदानाची आहे.

**बिमल :** केवळ लग्नामुळे. रक्ताच्या नात्यानं नाही.

**[अंधार/प्रकाश]**

[रुपाली फेऱ्या मारत आहे. सासू तांदूळ निवडत आहे.]

**रुपाली :** आठ आठ माणसं दिवसभर तैनातीला असतात. पण आपणही किती श्रम करतो हे दाखवायलाच हवं ना? विसरलेच मी की स्त्रियांना फक्त चुलीशीच बसायला हवं ना? एक चांगली बातमी आहे. आपले चिरंजीव बिमल— ज्यांनी आपल्या बंधूंच्या मृत्यूनंतर जरासुद्धा उसंत न घेता अत्यंत प्रेमातुर होऊन मला लग्नाची मागणी घातली, ते माझे पक्के दुश्मन झालेत. आणि जणू काही उपकार केल्यासारखं त्यांनी मला एक खास बात सांगितली की, तुम्ही माझा तिरस्कार करता आणि माझ्या अध्यक्षपदाच्या उमेदवारीला तुमचा विरोध आहे! हं! खास बात म्हणे! माझ्याकडून सुरुवात नाही झालीए, सासूबाई. तुमचा विश्वास बसणं कठीण आहे पण मी राजवर खरंच प्रेम करत होते. पण तो व्यभिचारी होता. मला त्यानं जरासुद्धा थांगपत्ता लागू दिला नाही. कित्येक वर्षं. जेव्हा कळलं तेव्हा अख्ख्या दुनियेबरोबर झोपावंसं वाटलं मला. सूड म्हणून मी माझ्या दिरांना फितवलं. वाटलं की राजचा मत्सर जागा होईल, मला कडीकुलपात बांधून ठेवील. म्हणेल, तू खानदानाची इज्जत धुळीला मिळवत्येस! पण छे! त्याचा बिझनेस, बाईलवेडेपणा, मग त्याचं आजारपण. मला काही ते जमलंच नाही. मला बाहेरच्या वासनेची चटक लागली पण माझा नवरा मात्र मला शुद्ध, निर्मळ असा परत माझ्याकडे यायला हवा होता.

फार बडबडते ना मी? मी काही तेवढी खाजाळू नाहीए पण त्याच्याएवढीच मलाही व्हरायटी आवडायची. बदल बरा वाटायचा. मला वाटतं, आपल्या सगळ्यांनाच ते आवडतं. फक्त संधी मिळाली नाही की आपण तत्त्वं, नैतिकता वगैरे भंगार गोष्टींवर चर्चा करतो. महाभारतातल्या द्रौपदीचा मुद्दाही असाच असावा— नित्य नवे हवे मज—माणसाला बदलाची आणि नव्या नव्या अनुभवांची आचच असते. कुंतीनं नाही पाच पुरुष केले— मुद्दा साधा असला तरी अवास्तव नाही. समाजाची नीतिमूल्यं आणि आपला दुसऱ्यावरच्या हक्काचा

हव्यास, प्रत्येक नवीन गोष्टीचा अनुभव घ्यायची धडपड यांचा मेळ कसा बसवायचा? लग्नसंबंधातला हा मोठा पेच आहे नाही? विमल काय, मी काय किंवा कोणीही सारखेच आहोत. आम्हाला सगळ्यांना वैषयिक स्वातंत्र्य हवंय पण त्याचबरोबर आमच्या अर्धांगाकडून आमची निष्ठेची अपेक्षा असते.

[अरुण येतो.]

**अरुण :** (आईला) अगदी लवकरात लवकरची फ्लाइट मी पकडली पण वेळेवर पोहचू शकलो नाही. गंमत आहे नाही? एखादी गोष्ट घडणार घडणार असं वाटत राहतं, पण ती प्रत्यक्षात घडली की आपला गोंधळच उडतो. (रूपालीला) काय बोलणार मी?

[आई जाते.]

**रुपाली :** काही नको. फक्त मला जवळ घे आणि सांग की सगळं काही व्यवस्थित होईल. सांग की तुला माझी फार आठवण येत होती. होती ना?

**अरुण :** मिनिटामिनिटाला.

**रुपाली :** छान. थापा मारण्यात तू केवढा पटाईत आहेस! पण तुझ्या पुरुष मित्रांचीसुद्धा तुला तेवढीच आठवण येत असणार; नाही?

**अरुण :** मी एक कलावंत आहे, रूपाली. अनुभव हा माझ्या कलेचा गाभा आहे. नवनवीन अनुभव. कलावंत नेहमीच अतृप्तच असतो.

**रुपाली :** ट्रीपचं काय झालं?

**अरुण :** संपूर्ण यशस्वी. राज गेला म्हणून, नाहीतर हिरोसारखा आलो असतो.

**रुपाली :** (औपरोधिक) तू गेलास, तू पाहिलंस, तू हासील केलंस.

**अरुण :** अतिशयोक्ती नाही. खरंच लिंकन सेंटरनी मला अख्खा नवीन बॅले बसवायचं आमंत्रण दिलं.

**रुपाली :** खरं? मला तुझा केवढा अभिमान वाटतो. (त्याला बिलगते) आणि विषय काय बॅलेचा?

**अरुण :** कलाकार आणि समाज.

**रुपाली :** क्रिएटिव प्रोसेसबद्दलचा हा तुझा सातवा बॅले होईल.

**अरुण :** अख्ख्या दुनियेत या प्रक्रियेहून अधिक गूढ आणि वैचित्र्यपूर्ण दुसरे काहीही नाही. कलावंत कशामुळे भावतो? कलावंताला नवनिर्मितीची शक्ती कुणामुळे मिळते?

**रुपाली :** खरंच, माझा राज किती साधा, सरळ आणि प्रामाणिक होता. नाहीतर तू आणि तुझे कलावंत बंधू. ज्यांना आपल्या संकुचित, थोट्या जगाशिवाय एवढ्या विशाल विश्वात दुसरं काही सापडत नाही. प्रत्येक प्रवास पायनिअरिंग

आणि प्रत्येक प्रवास त्याच गूढ जागी. कलावंताच्या गर्भात.

**अरुण :** कलावंत म्हणजे एक प्रतीक, रूपाली— संघर्षाचं प्रतीक— द्रष्टा आणि चाकोरीबद्ध यांच्यातल्या संघर्षाचं. बहुजन आणि भरडले गेलेले अल्पसंख्याक यांच्यामधल्या संघर्षाचं, अल्पसंख्याक म्हणजे स्त्रिया, अस्पृश्य, काळे वगैरे.

**रुपाली :** सगळे कसे घासून गुळगुळीत झालेले शब्द!

**अरुण :** Oh God! रूपाली, किती क्रूर आहेस तू... आणि किती खरी. रात्रंदिवस माझ्या मनाला एक किडा पोखरतोय पण मी कधीच ह्या एका विषयाबद्दल बोलू शकत नाही. मी तुझ्याकडे येतो ना तेव्हा मला दादाच्या ऑफिसमधल्या कॉन्फिडेंन्शियल परफॉर्मन्स चार्ट्सची आठवण येते. भीती आणि काळजीने मी विस्कळीत बनतो. तुझ्याबरोबर झोपताना मला अखंड जाणीव असते की मी कमी तर पडत नाही ना? मला सारखं वाटतं की आम्हा सगळ्यांचे चार्ट्स तुझ्याकडे आहेत. आणि जे उणे पडतात त्यांच्याकडे पाहून तू मनातल्या मनात हसतेस आणि सोडून देतेस. म्हणूनच मी पुरुषांच्या नादी लागतो. कारण I don't have to perform.

**रुपाली :** एवढं दु:खीकष्टी व्हायचं काही कारण नाही. रिहर्सल कधी सुरू होणार आहे आणि पहिला शो कधी?

**अरुण :** राज गेल्यामुळे माझी गोचीच झालीय. मला खरंतर कलावंत व्हायचं होतं, उद्योगपती नाही. मुक्त, स्वतंत्र, स्वाधीन.

**रुपाली :** तुला हवं असलेलं स्वातंत्र्य मी तुला बहाल करतेय.

**अरुण :** आणि बिझनेसचं काय?

**रुपाली :** ते मी बघेन. तू फक्त बोर्ड मीटिंगमध्ये मला मत द्यायचंस.

**अरुण :** तुला? बिमल काय करतोय?

**रुपाली :** तुझ्या त्या लुटारू चुलत भावांना बिमल सांभाळू शकेल असं तुला वाटतं?

**अरुण :** माझ्याकडे फक्त पाच टक्के आहेत.

**रुपाली :** माझे तुझे मिळून दहा. दोन छोट्या दिरांचे पाच. ते आपल्या बाजूला वळले तर एकंदरीत पंधरा.

**अरुण :** मला हे आधीच कसं सुचलं नाही? आपण बिमललाच बाजूला करूया. मी अध्यक्ष, तू माझी सहायक. मजबूत टीम होईल आपली.

**रुपाली :** अरे, पण तूच आता म्हणालास ना की तुला कलावंत म्हणून जगायचंय! मुक्त, स्वतंत्र, स्वाधीन.

**अरुण :** हो, पण हे वेगळंच आहे. आयुष्यात क्वचितच अशी संधी चालून येते.

**रुपाली :** खरंच, केवढ्या पटकन एका बोटावरची थुंकी दुसऱ्या बोटावर लावतोस.

**अरुण :** (अडकलेला पण सावरत) आणखी चांगलं सुचवू? तू माझी वैयक्तिक सल्लागार का नाही होत? किंवा कंपनीची सीनियर सल्लागार.

**रुपाली :** जाऊ दे अरुण, तू आपला कोरिओग्राफर म्हणूनच बरा आहेस.

**अरुण :** मी तुझ्याशी डील करतो. मी प्रेसिडेंट आणि तू चेअरमन.

**रुपाली :** त्या समीकरणाची गाडी कधीच पुढे जाणार नाही. एका म्यानात दोन तलवारी कशा राहतील?

**अरुण :** बघ बुवा! मी अगदी तुझ्या कलानं घेण्याचा प्रयत्न करतोय. पण तुला अधिकार, भागीदारीच नकोय.

**रुपाली :** ही काही जनसंपर्क मोहीम नाहीए, अरुण. मरेपर्यंत तुझ्या त्या चुलत भावांशी झुंज द्यायचीय. त्याकरता मारू वा मरू वृत्ती हवीय.

**अरुण :** बघशीलच तू. मी आणि बिमल दोघेजण मिळून तुलाच हाकलून देतो की नाही बघ.

[प्रकाशबदल. प्रकाश आल्यावर सासू बसलेली दिसते. रूपाली येते.]

**रुपाली :** तुम्ही जिंकलात, आई. हा अरुण— ज्याला उद्योगपतीपेक्षा कलावंत म्हणून राहण्याची इच्छा आहे— तोसुद्धा माझ्या पाठीशी नाही. का माहीत आहे? त्यालासुद्धा चेअरमन बनायचंय. हॅपी?

[सासू सुनेला एक पाकीट देते.]

**सासू :** यामध्ये माझे दहा टक्के आणि तुझ्या धाकट्या दिरांचे पाच टक्के शेअर आहेत. आता बिमल आणि अरुण तुझं काहीही वाकडं करू शकणार नाहीत.

[प्रकाशबदल]

**कोरस :** त्या रात्री ॲन फ्रॅन्कच्या नाटकानंतर मी कसाबसा आमच्या चर्चमध्ये पोहचलो. आणि गुडघ्यावर बसलो. हसू नका. नात्झी लोक पण चर्चमध्ये जायचे आणि जातात. दहा वर्षांच्या तुरुंगवासाने माझी नात्झी पापं फेडली की नाही मला माहीत नाही. पण त्या दिवसापासून मी त्या मामुली चेहऱ्याला शोधत आहे. हाती तर लागू दे माझ्या. नाही मुडदा पाडला तर कोरस नाव नाही माझं. कसा दिसतो तो मामुली चेहरा? मी आरसा देऊ? लगेच दिसेल.

[फ्लडलाइट्स अचानक, (अचानक हा प्रमुख हेतू) प्रेक्षकांवर उलटतात. कोरस प्रेक्षकवर्गातल्या दोघांकडे बोट दाखवतो.]

तो आणि तो.

[कोरसमधली चार सहकारी मंडळी आपल्या हॉबनेल्ड बुटांनी धावतात. त्या

दोघांना धक्काबुक्की करून स्टेजवर आणतात. फक्त प्रमुख कोरसवर आता स्पॉटलाइट.]

दोन शाप आहेत मला. रोग म्हणा ना. पहिल्याबद्दल सांगतो. माझं सगळं काम तडकाफडकी, झटकापटकी. शब्दांचा छळ मला करता येत नाही. नो सटल्टी. नो सोफीस्टिकेशन. कुल्याला कुला म्हणणार. फावड्याला फावडं. आणि वावड्याला वावडं. तुम्हाला पण तेच आवडतं ना? उत्तम. मग कोर्टाच्या तारखेची वाट न पाहता सुरू करूया. समरी जस्टिस.   समरी शब्द लक्षात ठेवा. तत्काळ. (ऑफिशिअल आवाज). तारीख? दोन हजार अमुक अमुक. स्थान : गुन्हा : दोन आदिवाशांचे डोळे काढले तेव्हा सकाळी वर्तमानपत्र वाचून चक् चक् करून रात्री शांत झोपला. संशयित गुन्हेगार :  मामुली चेहरा. शिक्षा : (थांबतो) आणि किंमत : एक मामुली माणूस. सेंटेन्स : किंमत. नेहमी किंमत. जगात कोठेही काहीही घडतं त्याची किंमत कोणाला तरी द्यायलाच पाहिजे. या दोघा भोसड्यांचे डोळे फोडा.

[ह्या कोरसच्या सुरुवातीपासून कोरसचे सहभागी स्टेजवर किंवा हॉलमध्ये प्रेक्षकांना उद्देशून बीभत्स (ऑब्सीन) आणि क्रूड प्रोव्होकेटिव्ह हातवारे करत आहेत. पण त्या जेश्चरमुळे प्रमुख कोरसच्या बोलण्याकडे दुर्लक्ष होऊ नये, ह्याची काळजी घ्यावी. हॉलमध्ये खुर्च्यांच्या खाली आणि भिंतीवर न दिसणारे बेफाम सोळा ते वीस स्टिरिओ लाऊड स्पिकर्स. स्टेजवरील दोन प्रेक्षकांकडे क्षणभर स्पॉटलाइट. त्यांच्या डोळ्यांजवळ बोट आणि मग स्पिकर्समधून आकाश, पाताळ, धरती दुभंगणाऱ्या दोन भयाण किंकाळ्या. किंकाळ्या इतक्या अचानक आणि खऱ्या असल्या पाहिजेत.]

**[अंक दुसरा समाप्त]**

# अंक तिसरा
## प्रवेश पहिला

[हस्तिनापूर. कौरवांचा राजवाडा. धर्मराज दार ठोठावतो. सुशासन पीपहोलमधून बघत —]

**सुशासन :** (हळू आवाजात) दादा, दादा सुयोधन. गळाला बकरा लागला.

**सुयोधन :** शकुनीमामांना आतमध्ये वर्दी दे. म्हणावं, डावाची तयारी करा.

**सुशासन :** दार उघडू?

**सुयोधन :** (पीपहोलमधून बघतो) घाई कसली आहे?

[धर्मराजाचे ठोठावणे अधीर आणि कर्कश होते. तो दारावर थोड्या थापा मारतो. इकडे तिकडे बघतो. परत उजव्या हाताची मूठ करून दारावर धबाधबा हाणतो. पाच मिनिटांनी वैतागून तो जायला निघतो. इतक्यात सुयोधन दार उघडतो.]

**सुयोधन :** कोण? (धर्मराज वळतो) धर्मराज, काय अलभ्य लाभ आहे आज. आज इथं कुठं येणं केलं?

**धर्मराज :** येणं केलं? अरे, खास आमंत्रण केलं होतंस ना तू? पुरा एक महिना झाला. सुषासन दररोज घरी येऊन आठवण करून देतोय. विसरायचं नाही. गुरुवारी सकाळी. २७ तारखेला दहा वाजता पट खेळावयास. नाही आलास तर सुयोधनदादा अतिशय नाराज होईल.

**सुयोधन :** खरंच? असेलही. चल. आता तू एवढा आलाच आहेस तर एखादा डाव खेळूया. अरे, कोणी आहे का रे तिथे. जरा पट आणि सोंगट्या मांडा.

[दास स्टेजवर पट मांडतात. सुयोधन आणि धर्मराज खेळायला बसतात. सुयोधन फासे दोन हातांच्या पकडीत खुळखुळवतो आणि फेकणार इतक्यात थांबतो.]

**सुयोधन :** कशाशी खेळायचं?

**धर्मराज :** जिवांशी. क्षत्रियांनी आणखीन कशाशी खेळायचं?

**सुयोधन :** काय सुंदर बोलतोस तू, धर्मा? (मग जरा जादा लडिवाळपणे) But it is only a game, isn't it, Dharma?

**धर्म :** सगळाच खेळ रे, जीवन, मरण, जन्म, जात, कूळ, ऐश, आराम, स्त्रीसौख्य, पुत्रलाभ. फासे कसे पडतील त्यावर सारं अवलंबून. बाकी काही नाही.

**सुयोधन :** मग फासे अतिशय काळजीपूर्वक निवडायला हवेत ना?

**धर्म :** मी आजपर्यंत फाशांच्या तोंडाकडे कधीच पाहिलेलं नाही.

**सुयोधन :** म्हणूनच आजतागायत तू कुठलाही खेळ हरला नाहीस.

**धर्म :** खेळ नाही. खेळणारा दिलदार हवा. आपल्या हिकमतीवर विश्वास असलेला.

**सुयोधन :** मग राहू दे डाव, धर्मा! तू जिंकलास, मी हरलो. माझ्या कुवतीवर माझा तुझ्याएवढा अफाट विश्वास नाही.

**धर्म :** अरे चल रे. तूच म्हणालास ना खेळ आहे म्हणून.

**सुयोधन :** तो फिर हो जाय.

[फासे पडतात. सुयोधन हरतो.]

**धर्म :** माझ्या झोळीत काय घालणार, सुयोधना?

**सुयोधन :** माझा सव्वा इंच टप्पोरा मोत्यांचा हार. खेळ, धर्मा. मुनीमजी हिशेब ठेवताय ना? एखाद्या गोष्टीची नोंद केली नसेल तर याद राखा. तुमचं सारं कूळ बायकामुलांसह धुळीला लावीन. धर्मा, खेळ. मला अजून तुझी बरीच ऋणं फेडायचीत.

[सुयोधनाचे दुर्भाग्य फैलावत जाते. मुनीमाला मान वर करायला सवड मिळत नाही.]

**सुयोधन :** मरो माझं फाटकं नशीब!

[प्रत्येक वाक्याला धर्म फासे टाकतो आणि सुयोधन एक एक गोष्ट गमावून बसतो.]

**सुयोधन :** The CIA files, The peacock throne. कौरवांचं स्टड फार्म, टोपकापी. Deep throat, Daughter of Deep Throat and Deeper than Deep throat चे सगळे हक्क, अंदमान आणि निकोबार. The brothel chain from Santa Barbara to Bangkok. सगळ्या न्यूक्लिअर सबमरिन्स. माझ्या चायनीज मिंगजेडचं अफाट कलेक्शन. कोहिनूर. The formula to the deadliest and latest in biological warfare. सारी आर्मी, सारी नेव्ही, सारं एअरफोर्स.

**सुशासन :** दिवाळं वाजलं. दादा, थांबव. त्या थेरड्या शकुनीमामाने आपली विल्हेवाट लावली. दादा, प्लीज!

[सुयोधन मान हलवतो आणि खेळत राहतो.]

**सुयोधन :** Interpol. पूर्वेतल्या मटक्याचे सारे हक्क स्वाधीन.

**सुशासन :** कुठेय तो दळभद्री मामा? इथे कौरव गहाण राहण्याची पाळी आलीए आणि शकुनीमामा संडासात टी.एम. करत बसलेत. ते दार मोडा. सुरुंग लावा. आणि शकुनीमामांना जिंदा बाहेर काढा.

**सुयोधन :** चिली. लॉकहीड कॉर्पोरेशन. २०२० ते २०८०पर्यंतच्या साऱ्या स्टील प्रॉडक्शनचे राइट्स.

[शकुनीमामांना सोगा बांधता बांधता बाहेर खेचत आणतात. सुशासन त्यांचे खांदे धरतो आणि गदागदा हलवतो.]

**सुयोधन :** कौरवांची सारी प्रजा पणाला लावतो.

**शकुनी :** तू माझ्या ट्रासेंडेटल मेडिटेशनमध्ये अडथळा आणलास.

**सुशासन :** मामा, तुम्हाला समजतंय का? सुयोधन प्रजा हरून बसलाय. आता फक्त कौरव राहिलेत.

**शकुनी :** मग घाई कसली आहे? एक एक म्हणून शे कौरव हरायला आणखीन सात दिवस लागतील.

**सुशासन :** मामा, एक कौरव, माझा फक्त एक भाऊ ह्या डावात नुसता उतरला तर तुम्ही आटपला. तुमची बहीण आणि माझ्या आईची शपथ.

**शकुनी :** बरं चल. शपथा वगैरे घालण्याएवढा काही बिकट प्रसंग ओढवला नाही. सुयोधना, अरे सुयोधना. एवढा मनापासून आणि अट्टाहासाने हरतोएस. एकदा फासे तरी बघितलेस का? नाही? चला. वयात आला, लग्न झालं. पण डोकी जशीच्या तशी रिकामीच राहिली ना?

**सुयोधन :** मामा, चऱ्हाट पुरे करा आणि मला डाव खेळू द्या. उगाच मधे लुडबूड करू नका.

**शकुनी :** बाबा. तुझ्या भावाने ओढून आणलं म्हणून आलो. तुझ्या दुर्भाग्यात व्यत्यय आणायची माझी इच्छा नाही. तरी पण पांडवांशी खेळायचं. तेसुद्धा जगातल्या सर्वोच्च पट्टीच्या खिलाड्याशी आणि फासे तपासायचे नाहीत. धन्य आहे! पांडूची मुलं कपटी आहेत, कलुशी आहेत असं मला बिलकूल सुचवायचं नाही. पण धूर्त आहेत. हुशार आहेत. कर्तबगार आहेत. एखाद्या राजाला, काहीही खाल्लं की उठल्याबसल्या उलट्या व्हायला लागल्या तर त्याला कोणीतरी विष देत आहे, ही शंका मनाला चाटून जाईलच ना? तसंच एखादा माणूस नियमित सदान्कदा हटकून जिंकायला लागला तर मनात काहीतरी काळंबेरं येणारंच की नाही? धर्मराज, तुझी काही हरकत नाही ना मी फासे बघायला? नाही ना? ज्याचं

मन निर्मळ असतं त्याला कसली भीती असणार? बघू. (शकुनीमामा फासे नीट बारकाईने न्याहाळून बघतात.) ठणठणीत आहेत. शंकेसाठी बिलकून जागा नाही. सुयोधना, प्रजेला हरलास. आता संकोच न करता तुझ्या भावांना, मामाला आणि आईवडिलांना लिलावात काढून कौरव घराण्याला आहुती दे.

**सुयोधन :** काय बोलता, मामा? हा खेळातला खेळ आहे. सगळं खोटं खोटं. धर्मराज माझा भाऊ आहे आणि एक महान राजा. कौरवांच्या राज्याला आणि खुद्द कौरवांना मामुली पटाच्या रणांगणावर जिंकून कुठच्या self-respecting राजाला शोभा येईल. त्यातून थोरला पांडव म्हणजे मूर्तिमंत धर्माचा राजा. भावाभावांमध्ये का उगीच दुश्मनी आणता आहात. चल रे धर्मा, खेळ तुझा डाव. पुढचा विचार न करता, दे धमाल, बेछूट, खुल्या दिलानं.

[धर्मराज खेळतो. त्याचे नशीब फिरते.]

**सुयोधन :** मुनीमजी कामाला लागा.

[सुयोधन भसकन फासे ओततो. सुयोधन व सारे कौरव आनंदाने उंच उड्या मारतात. पण एकही शब्द न बोलता की आवाज न करता धर्मराज खिळून बघत राहतो. मुनीमजी प्रजेपासून सुरुवात करत ती यादी उलटी धडाधड वाचत सुटतो.]

**सुयोधन :** गेलेलं सगळं परत आलं, मुनीमजी?

**मुनीमजी :** होय.

**सुयोधन :** मग राजा, माझ्या धर्मराजा, तुझ्याकडून मला पहिली भेट कोणती मिळणार?

[सुयोधन फासे टाकत राहतो व धर्म धडाधड आपली संपत्ती हरत राहतो.]

**धर्मराज :** The Crown Jewels.

**सुयोधन :** आणि —

**धर्म :** The Cocaine Packet.

**सुयोधन :** आणि —

**धर्म :** नंदनवन.

**सुयोधन :** आणि —

**धर्म :** परदेशी राजकीय आश्रित.

**सुयोधन :** आणि —

**धर्म :** पांडवांचे सारे प्लुटोनियमचे साठे.

**सुयोधन :** आणि —

**धर्म :** के.जी. बी. डॉसियर्स.

**सुयोधन :** आणि —

**धर्म :** ॲमेझॉन डॉट कॉम.
**सुयोधन :** आणि —
**धर्म :** आर.ए.डब्ल्यू. रॉ.
**सुयोधन :** आणि —
**धर्म :** आसवान डॅम.
**सुयोधन :** आणि —
**धर्म :** द माफिया.
**सुयोधन :** आणि —
**धर्म :** C.I.A.
**सुयोधन :** आणि —
**धर्म :** ईशान्य.
**सुयोधन :** आणि —
**धर्म :** पूर्व.
**सुयोधन :** आणि — आणि — आणि — आणि — आणि — आणि. (प्रत्येक आणिबरोबर आपल्या मांडीवर चापटी मारतो.)
**धर्म :** इंद्रप्रस्थ.
**सुयोधन :** आणि —
**धर्म :** माझी प्रजा.
**सुयोधन :** आणि —
**धर्म :** हे भगवान, थांबवूया का इथे, सुयोधना?
**सुयोधन :** आणि —
**धर्म :** पुरे झालं, रे. भरपूर खेळलो. सरशीसारखी उधळी गोष्ट नाही जगात. बेफाम खेळलास आणि बेफाम जिंकलास तू. इथे आटपूया. माझं कंबरडं मोडायला आलंय.
**सुयोधन :** आणि —
**धर्म :** अतिशयोक्ती नको, सुयोधना. आम्ही संपूर्ण हार मानली ह्याहून अधिक समाधान काय?
**सुयोधन :** आणि —
**धर्म :** नकुल आणि सहदेव.
**सुयोधन :** (बेफाम आनंदाने) सुमुख, रथाला बारा घोडे जुंप आणि तत्काळ हवा, काळ आणि दिशा भेदून इंद्रप्रस्थातून नकुल आणि सहदेवाला आण. म्हणावं, थोरल्या दादांचा हुकूम आहे. आहे ना धर्मराज? आणि —
**धर्म :** भीम.

[नकुल आणि सहदेव बाजूला येऊन धर्मराजाच्या पाया पडतात.]

**नकुल :** दादा, तू सतरा दिवसांपूर्वी जो हस्तिनापूरला जाऊन येतो म्हणून बेपत्ता झालास तो आजपर्यंत तुझ्याकडून निरोप नाही. फोन नाही. पत्र नाही. घरी सगळे तुझ्या काळजीने बेजार झालेत. तू करतोएस तरी काय इतके दिवस? [धर्मराज बोलत नाही.]

**सुयोधन :** दादा खेळतोय. (एक एक अक्षर वेगळं करून) तु  म  च्या  जी वां शी.

**सहदेव :** दादा, सुयोधन इतकं विकट का हसतोय?

**सुयोधन :** दादा, आम्ही जेवायचं का? दादा, आम्ही पादायचं का? एवढी घोडी झालीएत पण दादाच्याशिवाय पान हलत नाही. पण दादा – दादाचे दिवस विसरा. आता तुम्ही कौरवांचे चाकर. गुलाम. धर्म, आणि...

**धर्म :** भीम.

**सुयोधन :** सुमुख, ती सुप्ड-अप रोल्सराइस काढ आणि स्पिडोमीटरचा काटा चारशेवरून एका केसाने पण न हलवता इंद्रप्रस्थातून भीमाला घेऊन ये. म्हणावं थोरल्या दादांचा हुकूम आहे. आहे ना, धर्मराजा?

[भीम धर्मराजाच्या पाया पडतो.]

**कौरव :** आलात? वा! पाय धुवा. धुतलेत? अंगरखा खुंटीला लावा. लावलात? या पाटावर बसा. बसलात? ताटात काय वाढलंय? बघितलंत? नाही आवडलं? राहिलं.

**भीम :** दादा, कसा आहेस तू? हे लोक तुझ्याशी वाईट वागताहेत का?

**धर्म :** नाही रे. तसं काही नाही रे.

**सुयोधन :** गुलामांना आणखी कसं वागवायचं असतं?

**भीम :** कोण गुलाम?

**सुयोधन :** भीमराव, तुम्ही. तुम्ही आमचे गुलाम.

**भीम :** दादा, मी सुयोधनाचा गुलाम? कौरवांचा? (त्याचं लक्ष अचानक पटाकडे जातं.) पट खेळलास तू दादा? कोण शिल्लक राहिलंय?

**धर्म :** अर्जुन, द्रौपदी आणि मी.

[भीम धर्माला एकदम मिठी मारतो.]

**भीम :** बस. आणखीन काय पाहिजे? तुम्ही तिघं जोपर्यंत स्वतंत्र आहात तोपर्यंत बाकी कशाची पर्वा नाही.

**सुयोधन :** सुभान अल्ला! क्या खतरनाक डायलॉग मारा. यार भीम, तुम्हारा भी जवाब नही.

**भीम :** दादा, फक्त एक ऐक. तू आता इथून ऊठ. ह्यापुढे हरण्यालायक काही काही राहिलं नाही.

**धर्म :** तुला इथं गहाण सोडून मी सुखाने परतू?

**भीम :** दादा, तू आणि अर्जुन आहात तोपर्यंत काय वाटेल ते परत मिळवू शकाल. नकुल, सहदेव आणि मलासुद्धा.

**धर्म :** तू घाबरू नकोस. हा बघ मी आता तुला परत मिळवतो. खेळ, सुयोधना.

[भीम काही बोलायच्या आत सुयोधन फासे टाकतो. धर्म हरतो.]

**सुयोधन :** आणि —

**धर्म :** देवा, काय करून बसलो मी?

**सुयोधन :** आणि —

**धर्म :** अर्जुन.

**भीम :** दादा आता तरी...

**धर्म :** आता कसं शक्य आहे, रे?

**सुयोधन :** बाबांचं बोईंग ७४७ घे, सुमुख. आणि वाढत्या ताटातून अर्जुनाला उठवून माघारी ये. म्हणावं, थोरल्या दादांचा हुकूम आहे. आहे ना, धर्मराजा?

[सुमुख अर्जुनाला घेऊन येतो.]

**भीम :** अर्जुना, तू त्याला सांग. तू त्याला सांग. (भीम त्याच्या पायांना बिलगून रडत सांगतो.)

**अर्जुन :** भीमा. (त्याला उठवतो.) भीमा, तुझ्या डोळ्यांत पाणी? धर्मराजा, मी कोणाला काय सांगायला पाहिजे?

**भीम :** (हसतो) त्याला काय विचारतोएस? त्यालाच तर समजवायचंय. दादा पटात सगळं हरवून बसलाय. काही ठेवलं नाही बाकी. शेवटचा बळी तू. आता राहिलेत फक्त द्रौपदी आणि दादा.

**सुयोधन :** तर काय धर्मराज, खेळू ना?

**अर्जुन :** दादा, तुला शपथ आहे. झाला तो विनाश पुरे.

**धर्म :** कसल्या शपथा घालतोस, अर्जुना? आता मी हरणार नाही. आता हरणार सुयोधन. मी जिंकणार. फक्त फक्त. एक एक भाऊ. एक एक गमावलेली माझी गोष्ट.

**अर्जुन :** इतका वेळ नशिबाने साथ दिली नाही ते आता एकदम द्यायला निघणार आहे. सुयोधना, ऐकलंस का तू? खेळ खतम! हा डाव संपला.

**धर्म :** अर्जुना, खबरदार हात लावलास तर. नेमका मी जिंकायला सुरुवात करणार तेव्हा तुझ्या पनवतीची गरज नाही.

**अर्जुन :** तुझ्या कानात आकाशवाणी झाली की तू आता जिंकणार आहेस?

**धर्म :** मूर्ख आहेस. हे आकाशवाणीचं युग नाही. मी रँड कॉर्पोरेशनला कन्सल्ट केलंय. Rand, the same people who did the feasibility report for the Vietnam War. आता मला जिंकल्याशिवाय गत्यंतरच नाही. Statistics! Computarised statistics. इतक्या वेळा हरल्यानंतर आता हरायला स्कोपच नाही. सुयोधना, खेळ.

[सुयोधन खेळतो.]

**सुयोधन :** (अगदी हळू आवाजात) आणि?

[सारे कौरव मग एखाद्या फूटबॉल स्टेडियमवरच्या मॉबसारखा चढत्या पट्टीतला ताल धरतात.]

**सुयोधन :** आणि — आणि — आणि — आणि — आणि —

**धर्म :** द्रौपदी.

**सुयोधन :** सुशासन माझं कॉनकॉर्ड काढ आणि आकाशपाताळ दुभंगून वहिनींना घेऊन ये. थोरल्या यजमानांचा हुकूम आहे म्हणावं. आहे ना, धर्मराज?

[सुशासन द्रौपदीला फरफटत आणतो.]

**सुयोधन :** शंभर वर्षांचं आयुष्य आहे वहिनीसाहेबांना. आत्ताच विचार आला की धर्मराजाचा विजय पाहायला वहिनी हव्या होत्या. आणि खरंच, साक्षात्कारासारख्या प्रकट झालात तुम्ही.

**द्रौपदी :** प्रकट नाही. फरफटत. कौरव माझा खेळ करतात. आणि माझे नवरे खेळ बघतात. सुशासन हात सोडतोस की डाव्या नखांनी चेहऱ्याची लक्तरे काढू?

**सुयोधन :** सुशासन, बाईंचा हात सोड. नाजूक आहेत त्या. बऱ्याच हाताळल्या गेल्या म्हणून काय झालं, त्या आपल्या वहिनी आहेत. धर्मराज, आता आखरी डाव खेळणार का स्वत:चा प्यारा जीव बचावणार? The suspense is killing me.

**धर्म :** खेळ, सुयोधना.

**अर्जुन :** दादा, प्लीज. हा शेवटचा मूर्खपणा करू नकोस. तू चिथवला जात नाहीस हेच सुयोधनाला पुरून उरेल.

**धर्म :** खेळ संपला पण. बघ सुयोधनाचे फासे पडले.

[हुर्ये, यिप्पी, कौरवांकडून जबरदस्त जयघोष. इतका वेळ खिळलेली द्रौपदी धर्मराजाकडे अत्यंत हळू स्थिर चालत जाते. ती त्याच्याकडे पोहचेपर्यंत आवाज मावळतो. सगळ्यांचं लक्ष त्या दोघांवर केंद्रित होतं.]

**द्रौपदी :** थोरले यजमान आणि भावोजी, कसला खेळ खेळलात तुम्ही?

**धर्म :** अगं, नेहमीचाच. पट, जीवनाचा छोटासा नमुना, कधी हरायचं, कधी जिंकायचं. फक्त खेळ ना, सुयोधना? खेळातला.

**सुयोधन :** भातुकलीसारखा? डॉक्टर डॉक्टरसारखा?

**धर्म :** होय ना?

**सुयोधन :** खेळ. खराखुरा. फक्त तू राज्य, संपत्ती, प्रजा, मालमत्ता, चार भाऊ, तू स्वत: आणि द्रौपदीला हरलास. बारा वर्षं तुम्ही आमचे गुलाम. बारा वर्षं तुम्हाला वनवास आणि एक वर्ष अज्ञातवास. अज्ञातवासात एकाही सद्‌गृहस्थाने अथवा चांडाळाने तुम्हाला ओळखलं तर तुम्हाला पुन्हा बारा वर्षं वनवास.

**धर्म :** तू हे थट्टेत म्हणतोयस ना? तू जेव्हा हरत हरत आपल्या भावंडांपर्यंत पोहचलास तेव्हा तूच सांगितलंस शकुनीमामांना की हा खेळातला खेळ आहे. सगळं खोटं खोटं.

**सुयोधन :** एवढं काय मनाला लावून घेतोस, धर्मा? हरत असताना मी काय वाटेल ते बरळलो. खोटं खोटं. जिंकल्यापासून मी आता फक्त खरं खरं बोलायचं ठरवलंय. तू बघ, आजपासून मला किती निर्मळ, शांत झोप येईल. खरं बोलायला लागलोय ना मी आता?

**द्रौपदी :** सब खेल खेल में ना, धर्मराज? आणि खेळात तू तुझ्या भावांना आणि मला विकायला काढलंस?

**धर्म :** हा डाव खेळ नसून खरा आहे हे मला माहीत असतं तर मी तुमच्या आयुष्याशी कधी खेळलो असतो का?

**द्रौपदी :** जो आपल्या बायको, भावंडांचं खेळात दिवाळं काढतो तो आयुष्यात त्यांचे काय वाभाडे काढेल याचा थांगपत्ता लागणं अशक्य.

**धर्म :** हे खरं नाही.

**द्रौपदी :** नकुल, सहदेव, भीम, अर्जुन, द्रौपदी. आम्ही पाच पहिल्यांदा आणि शेवटी तू हा हरण्याचा क्रमांक कसा लावलास, धर्मराजा?

**धर्म :** ते उघड आहे. मी स्वत:ला पहिल्यांदा लावलं असतं तर डाव संपला असता आणि आपलं राज्य—ज्याच्यावर माझ्या भावांचा आणि तुझा माझ्याएवढाच हक्क आहे ते—नेहमीकरता गमावून बसलो असतो. कारण मी बाद झाल्यावर डावच संपला असता.

**द्रौपदी :** आणि तरीही तू मला आणि सुयोधनाला सांगतोयस की तुला वाटलं की सारा खेळ आहे? सारं खोटं खोटं. (ती धर्मराजाच्या एक सणसणीत मुस्काटात हाणते.) मी गोठ्यातली गाय, म्हैस, शेळी, तुझ्या सरोवरातला रंगीबेरंगी मासा, का खुर्ची, खुशमस्कऱ्या, गुलाब का पिंपळाचे झाड का श्रीनगरातला निशात बाग का तुझं कानकोरणं का तुझ्या पायाच्या करंगळीचं नख आहे की, जेव्हा वाटेल तेव्हा मला जीवनातून उठवू शकतोस? आणि तुम्ही माझे खच्ची झालेले

नवरे, आपला दादा खिरापत वाटताना कुठे शेण खात होता?

**नकुल/सहदेव :** दादा म्हणाला, सगळं नीट होईल. कोणाला धोका नाही.

**द्रौपदी :** दादा म्हणाला. दादा म्हणाला उडी मारा तर एक्स्प्रेस टॉवरवरून उडी माराल?

**नकुल/सहदेव :** तू म्हणालीस तरी.

[सारे कौरव हसतात. द्रौपदी नकुल व सहदेवाला कवटाळते.]

**द्रौपदी :** प्राण गेला तरी मला कधी अशी दुर्बुद्धी न होवो की मी तुमच्या सर्वस्वाची अपेक्षा करो. (भीमाला उद्देशून) भीमा, माझा सदासर्वदा निडर उघड्या छातीचा नवरा. एवढ्या तन्मयतेने आपला देह चोळतोएस. पण एवढं अफाट कमावलेलं बळ स्वत:ला वाचवू शकलं नाही?

**भीम :** द्रौपदी, तुला आठवतं, माझ्या डाव्या दंडावर हा ताईत कसा आला? द्रोणाचार्यांनी जेव्हा तो बांधला तेव्हाच मी म्हणालो ह्या ताइताफाइतावरती आपला विश्वास नाही. तेव्हा ते काय म्हणाले माहीत आहे? बाबा रे, नशीब बदलणाऱ्यातला हा ताईत नाही. ह्या ताइतात फक्त एक मन:स्थिती आहे. आणि जीवनातला एक किरकोळ, चिरंतर cliche. आता उघडू नकोस. कधी फार अपार आनंद झाला किंवा कधी आकाश कोसळलं तर दोन्ही स्थितीत तुझे हात तू नकळत आपल्या बाहूंना कवटाळशील. तेव्हा वाटलं तर उघड. गहन तत्त्वज्ञान कितीही थोर असलं, तरी दैनंदिन आयुष्यात आपल्याला घासलेल्या सुभाषितांवरच निभावून घ्यावं लागतं. आज अचानक दंडात ताईत गाडला गेला तेव्हा त्यात एक चिठ्ठी सापडली. तिच्यात लिहिलं होतं, ये भी दिन गुजर जाएंगे. द्रौपदी, तुला माझी शपथ, तुला मी वचन देतो की, हे दिवसदेखील जातील. आपोआप नाही पण मी आकाशपाताळ एक करीन म्हणून.

**द्रौपदी :** इथे आपली सारी आयुष्यं उद्ध्वस्तं झालीएत. आणि तुला ये भी दिन गुजरेंगे, सुचतंय. त्या एका वाक्याने हा देश आणि त्यातली माणसं कुठच्याही भयाण अवस्थेचा स्वीकार करत आली आहेत आणि करत राहतील. (ती एक क्षण विचारात हरवते.) पण हे दिवस आले कसे? भीमा, ही अवदशा आली कशी?

**भीम :** स्वत:चा मोठेपणा म्हणून सांगत नाही पण मला हरल्यावर मी दादाला सांगितलं की डाव थांबव. जोपर्यंत अर्जुन, तू आणि दादा सुखरूप आहात तोपर्यंत मला कशाचीही काळजी नाही. करून करून सुयोधन आणि त्याचे नव्याण्णव भाऊ काय करतील? मला राबवतील. त्याचं मला काहीही दु:ख नाही.

**द्रौपदी :** (अविश्वासाने हळूहळू मागे सरते) मला तुझी केवढी घृणा येते. दरिद्री, कसली सडलेली मनं आहेत तुमची. अरे, सगळ्या पांडवांत तू एकटा

हाडामासाचा ना? कुठे गेलं तुझं सरळ सरळ शरीर आणि त्यातलं सरळ सरळ मन? नि:स्वार्थ, बलिदान आणि हुतात्मेपणाची कीड एवढी खोलवर गेली असेल तर कोण वाचवणार आपल्याला आणि माणसाच्या जातीला? स्वत:चं स्वातंत्र्य जो टिकवून धरत नाही तो दुसऱ्यांच्या स्वातंत्र्याचं काय रक्षण करणार? आणि तू — (अर्जुनाकडे वळून) तुझ्याकडे पण एखादा fail safe, fool-proof alibi असेलच.

**अर्जुन :** द्रौपदी, झालं गेलेल्यावर पाणी सोडावं हे उचित. मी पण दादाला खेळ सोडायच्या केवढ्या विनवण्या केल्या. पण तो तरी काय करणार? All the statistics were on his side. Rand Corporationने त्याला जिंकायची हमी दिली होती.

**द्रौपदी :** एवढा बोथट नवरा मला मिळावा आणि मी त्याला देवासमान मानावा ह्या जाणिवेनं मी खिळखिळी झाले आहे. अर्जुना, ही तुझी प्रजा आहे. जित्याजागत्या जिवांची. रँड कॉर्पोरेशनचे स्टॅटिस्टिक्स नव्हेत ज्यांना पुस्तकांच्या छापील पानांत शांत चित्ताने आहुती देता येते.

**धर्म :** द्रौपदी, उगाच डोक्यात राख घालून घेऊ नकोस. दोष सगळा माझा आहे. आता माझ्या सारं ध्यानात आलंय. कौरव कपटाने जिंकले. कोणीही impartial पोलीस इन्क्वायरी केली तर साऱ्या पराभवाच्या पाठीमागे शकुनीमामांचा केवढा गूढ जादूटोणा होता हे जाहीर होईल.

**द्रौपदी :** असेलही. तुम्ही जिंकला असता तर तुमच्याविरुद्ध लोक हेच म्हणाले असते. पण मुद्दा तो नाही. कोणाचाही कोणा दुसऱ्या जीवावर अधिकार नाही. हा एकच बहुमोल मुद्दा आहे. पण चर्चा पुरे. मी निघाले. माझ्या आयुष्यावर फक्त माझा हक्क आहे. आणि तो मी स्वत:ला तुमच्यापासून अलग करण्यात वापरणार आहे.

**सुयोधन :** हक्क? गुलामांना फक्त एकच हक्क असतो. आपल्या धन्याची आज्ञा पाळण्याचा. इतका वेळ तुमचं चऱ्हाट ऐकून घेतलं. आता निमूटपणे आपला वनवास आणि नवीन वस्तुस्थिती पत्करा.

**द्रौपदी :** नवीन वस्तुस्थितीचा आणि माझा काही संबंध नाही. मी पांडवांची बायको होते. आता नाही. आता मी एकटी. गुड बाय!

**सुशासन :** ओहो गुड बाय, जरा दमाने. (तो तिला पदराने खेचतो.) कहाँ चली रानी? (ती त्याच्याशी झटते) तुला एका दमात सत्यस्थितीवर आदळीन. (तो तिच्या चोळीची बटणे काढायला लागतो.)

**द्रौपदी :** (सुशासन तिच्या अंगाशी खेळत. ती लाथ मारते.) भीमा, अर्जुना,

वाचवा मला. माझी लाज राखा प्लीज. इतके माझे धिंडवडे काढू नका. श्रीकृष्ण, कुठे आहेस रे तू?

**सुयोधन :** आताच तू त्यांच्यापासून घटस्फोट घेतलास ना? मग आता त्यांची काय गरज? आम्ही आहोत ना सारे. (सुयोधन द्रौपदीला आपली मांडी दाखवतो.) तुझी यापुढे कधीच उपासमार होणार नाही.

[भीम संतापाने बोंब मारतो.]

**भीम :** सुयोधना, याद राख. तुझी मांडी फोडून तिथून रक्त प्यालो नाही तर माझं नाव भीम नाही.

**सुयोधन :** अजूनही हिंदी पिक्चरमधल्या कसमा खातोय.

[भीम सुयोधनावर तुटून पडणार एवढ्यात धर्म त्याला पाठी खेचतो.]

**धर्म :** आता रागावून काही उपयोग नाही. भीमा, ती चैन आता आपल्या खिशाला पेलायची नाही.

**द्रौपदी :** अर्जुना, तू पण त्या फद्या भावाचं ऐकणार आहेस का मला ह्या राक्षसांपासून सोडवणार आहेस? आता आणखीन माझा अंत पाहू नकोस, अर्जुना.

**अर्जुन :** तुला कसं समजावू द्रौपदी, की आपण हरलो आहोत आणि जो हरतो त्याला कायद्यात स्थान नाही.

**द्रौपदी :** कोण हरलं, अर्जुना? ज्या खेळात तू सहभागी नाहीस, त्या डावाचा पराजय तुला कसा बांधू शकेल?

**अर्जुन :** It's a gentleman's agreement.

**द्रौपदी :** (तुफान हसते) आणि हे सगळे कौरवांकडून होणारे माझे हाल तू एखाद्या जेंटलमनसारखा बघत आहेस. (ती आपली नजर सगळीकडे, प्रेक्षकांवरूनसुद्धा फिरवते.) कोण कोण आहेत ह्या सभेत? भीष्म, द्रोणाचार्य, धृतराष्ट्र, देशाचे बुजुर्ग आणि आपल्या संस्कृतीचे सर्वांत थोर आणि मान्यवर. आता जे चाललंय त्याला तुम्ही आळा घातला नाही तर विनाशाचा लोंढा ह्या देशाला संपूर्ण उद्ध्वस्त करेल. श्रीकृष्णा, श्रीकृष्णा, कुठे आहेस रे तू?

**कर्ण :** बोलूनचालून पाच पांडवांची रखेल. एखाद्या कोठीवालीमुळे ना देव प्रकट होतो वा विनाश होतो.

[द्रौपदी आपली सुटका करून घेण्याचा नाद अचानक सोडते. सुशासन तिच्या वागणुकीने बुचकळ्यात पडून थांबतो. द्रौपदी अर्धवट फेडलेल्या साडीत आणि जवळ जवळ सुट्या चोळीत कर्णाकडे जाते. ती जशी जवळ यायला लागते तसा कर्ण काहीसा डळमळून एक पाऊल मागे सरतो.]

**द्रौपदी :** थांब, कर्णा. (ती त्याचे दोन्ही दंड धरून त्याला प्रेमाने न्याहाळते.) मला

बघू दे तुझ्याकडे. विसावलेल्या बदल्याच्या आणि सुडाच्या तोंडाकडे मला बघू दे. मी सांगेन त्यावर विश्वास ठेवशील? ह्या सभेत एकाच माणसाच्या समाधानात मी समरस आहे. माझे बोडके नवरे, ते माजलेले रानटी कौरव आणि हे सगळे करप्ट म्हातारे, मला ह्या एकेकाचा दीर्घ खून करायचाय. पण तू ह्या क्षणाकरता केवढी किंमत दिली आहेस हे मला आठवतं. कधी एका रात्री तुला माझी फक्त वासना म्हणून जरी गरज भासली, तरी मी तुझं आनंदानं स्वागत करीन.

**सुशासन :** द्रौपदी, खेळ अर्धवट सोडून कुठे चाललीस? आम्हाला संपूर्ण स्ट्रिप-टीझ पाहिजे. Start the music.

**द्रौपदी :** (सुशासन तिच्या परकराच्या नाडीला हात घालतो. तेव्हा द्रौपदी भयानक ओरडते.) श्रीकृष्णा, थांबव रे. देवा, मी मरत का नाही?

**श्रीकृष्ण :** (एका प्रकाशाच्या झोतात श्रीकृष्ण प्रकट होतो) थांबवा हे हैवानी खेळ. (प्रेक्षकांच्या आणि द्रौपदीच्या मधे जाऊन उभा राहतो.) थांबवा हे विकृत व्यभिचार. मला पहावयाचे नाहीत.

**द्रौपदी :** नाही नाही म्हणता बराच वेळ पाहिलेस.

**श्रीकृष्ण :** मी तुझ्या हाकेची वाट बघत होतो.

**द्रौपदी :** ज्याला हाक मारावी लागते तो देव कसला?

**श्रीकृष्ण :** दाद दिली तरच देव का?

**द्रौपदी :** हाका मारायला हे पाच थोटूक नसलेले पुरले असते.

**श्रीकृष्ण :** आता मी आलोय ना?

**द्रौपदी :** पंधराशे बायका आणि अगणित गोपिकांबरोबर आपला धर्म पाळून आल्यामुळे धाप लागलेली दिसतेय.

**श्रीकृष्ण :** शांत हो द्रौपदी, आता मी आलोय, होय ना? अगोदर खबर मिळाली असती तर साऱ्या पुरुषजातीला कलंक लावणारं हे कौरवांचं कारस्थान मी केव्हाच आटोपतं घेतलं असतं.

**द्रौपदी :** यशोदामाईला वय वर्ष चार असताना आपलं तोंड आ वासून सारं ब्रह्मांड दाखवलंस आणि द्रौपदीच्या क्षुल्लक वस्त्रहरणाच्या वेळेला कुठेतरी एक मामुली ट्रान्झिस्टर नादुरुस्त झाल्यामुळे तुझ्या सर्वज्ञत्वात व्यत्यय आला, होय ना?

**श्रीकृष्ण :** मी वाट बघत होतो, द्रौपदी. You know I always give people a long rope to hang themselves by. शंभर गुन्हे भरले की माझ्या राज्यात क्षमेला आसरा नाही.

**द्रौपदी :** आणि तू दोर ढिली सोडत असताना एखादी निष्पाप स्त्री लटकली तर

काय बिघडलं. अखेरचा विजय गुणवंताचाच, होय ना?

**श्रीकृष्ण :** काही अभद्र घडायच्या आतच मी इथे येऊन ठेपलो आहे. आता तुझ्या केसांना हात लावायची शामत आहे का बघूया.

**द्रौपदी :** (थकून हसते) इथे केसांना हात लावायची कोणाचीच इच्छा नाही.

**श्रीकृष्ण :** शब्दांशी खेळ पुरे झाले, द्रौपदी.

**द्रौपदी :** इतका वेळ माझे खेळ बघताना तुला थकवा नाही आला?

**श्रीकृष्ण :** एका दिवसाच्या अवधीत केवढी कडू बनलीएस, द्रौपदी. खरंच, केवढं भयानक दुखावलं असणार ह्या लोकांनी तुला. (तो तिला आपल्या बाहूत घेतो.) थकली गं माझी पोर! पार दमली.

**द्रौपदी :** श्रीकृष्णा, मला घरी घेऊन जा रे. (श्रीकृष्ण अचानक चरकतो आणि सावध होतो.) चल, माझ्या अंगात आता खरंच त्राण नाही.

**श्रीकृष्ण :** मी कोण तुला घेऊन जाणार, द्रौपदी? तुझी जागा तुझ्या नवऱ्यांबरोबर.

**द्रौपदी :** त्यांनी तर आपली अक्कल, स्वातंत्र्य आणि सर्वस्व लिलावात काढलंय. मला तुझ्याबरोबरच यावं लागणार.

**श्रीकृष्ण :** ते कसं शक्य आहे? त्यांच्याबरोबर तुलासुद्धा वनवास लाभलाय.

**द्रौपदी :** तू देव ना रे, श्रीकृष्णा? माझा देव, माझा विठोबा, माझा पांडुरंग, माझा खंडोबा, माझा ब्रह्म. थांबव हे छळ. माझ्या सहमतीशिवाय मला कोणी विकू शकत नाही, हे समजाव त्या सगळ्यांना.

**श्रीकृष्ण :** समजवावं लागणार आहे तुला. मी मानवांच्या वैयक्तिक भानगडीत कधीच पडत नाही. नाही तर मतस्वातंत्र्याच्या गाभ्यालाच धक्का लागेल.

**द्रौपदी :** (तिचा विश्वास बसत नाही) मतस्वातंत्र्य? मग माझ्या स्वतंत्र मतानुसार मी तुला सांगते की मला इथून दूर घेऊन जा. (श्रीकृष्ण नकारार्थी मान हलवतो.) मग तू कशाला आलास?

**श्रीकृष्ण :** तुझी लाज राखायला.

**द्रौपदी :** (ती कौरवांच्या बाजूला जाऊन उभी राहते.) एक निर्लज्ज देव माझी लाज काय सांभाळणार? आता मला लाजेची कधीच गरज भासणार नाही. पाचाच्या बदली शंभरांची रांड बनेन पण परत पांडवांच्या आणि त्यांच्या देवापाशी भीक मागणार नाही.

**[अंधार]**

## अंक तिसरा
## प्रवेश दुसरा

[पूर्व पाकिस्तान. एका झोपडीच्या दाराला लाथ मारून सात शिपाई आत येतात. एक तरुण आई आपल्या मुलाला दूध पाजत आहे.]

**पहिला शिपाई :** अल्लाउद्दिन महंमद कुठेय?

**सलमा :** (ती चटकन आपल्या तोंडावर बुरखा ओढते.) ते बाहेर गेले आहेत. फक्त त्यांची आई, बहीण व मी इथे आजकाल रहात आहोत.

[एक शिपाई तिचा बुरखा टरकन फाडतो.]

**दुसरा शिपाई :** आता फक्त बुरखा फाडलाय. खरं बोलली नाहीस तर इतर बऱ्याच गोष्टी फाडायच्या उरल्या आहेत. बोल, तो हरामजादा अल्लाउद्दिन कुठे आहे? पाकिस्तानी फौजेतला कॉरपोरेल बंगला मुक्तिवाहिनीमध्ये मेजर झालाय म्हणे. बऱ्या बोलाने सांगतेस का जीभ उखडून काढू?

**सलमा :** ते आपल्या बटालियनबरोबर आहेत.

**शिपाई :** ठीक आहे. नाहीतरी आम्हाला कसली घाई आहे? तो त्याच्या बटालियनबरोबर आणि आमची बटालियन त्याच्या बायकोबरोबर. (अचानक तिचे केस ओढतो) खरं सांग, आज रात्री तो तुला भेटायला येणार आहे ना?

**सलमा :** पाच महिने झाले. त्यांच्याकडून एक कार्ड नाही का संदेश नाही. पण अल्ला कसम, आज तरी तुमची खबर खोटी ठरो.

**शिपाई :** ये मजाल है तुम्हारी? एक फितूर आणि डेझर्टर म्हणून तुझ्या नवऱ्याची काय हालत करणार आहोत, हे तू तुझ्या डोळ्यांनी पाहशीलच. पण तो परतेल तेव्हा त्यालासुद्धा खास काहीतरी बघायला मिळालं पाहिजे ना? साथीओ, ओढा त्या कारट्याला. मुलगा की मुलगी. बोल रांडे, का पिस्तोलाने त्याचं डोकं छतावर उडवू?

**सलमा :** मुलगा. सलीम नाव आहे त्याचं.

**शिपाई :** ठीक आहे. मुलगा तर मुलगा. नासून टाकूया त्याला.

**सलमा :** नाही. अल्लाची शपथ आहे तुम्हाला. तुमचा भाईबंद आहे. खरंच भाईबंद.

**शिपाई :** अल्लाउद्दिन पण एकेकाळी आमचा भाऊ होता ना?

**सलमा :** माझ्या बच्च्याला सोडा. अजून एक वर्षाचासुद्धा झालेला नाही. मी तुम्हा सगळ्यांचं समाधान करीन, एकदा नाही, जितक्या वेळा पाहिजे तितक्या वेळा.

**शिपाई :** तुझी परवानगी नको त्याच्याकरिता. यार, देख क्या रहे हो?

[स्ट्रोब लाइटिंग. एकापाठोपाठ सातहीजण तिला बिलगतात. सातवा तिच्याशी झोंबाझोंबी करत असताना एकजण ओरडतो.]

**एक शिपाई :** अल्ला! मारे गये! हिंदुस्थानी फौज आणि वाहिनी. पळा, पळा. जीव घेऊन पळा.

[सारेजण पळतात. बाईवर बसलेला पकडला जातो. पळालेले सहाजण आता भारतीय फौज व वाहिनीचे बिल्ले घेऊन परततात. लाथ मारून दार उघडलं जातं. प्रत्येकजण बाईला बिलगलेल्या माणसाला स्वतंत्र आणि नंतर एकत्र बेयानेट करतात. बाईचं सारं शरीर झटका आल्यासारखं हादरतं. फक्त एकदाच. आवाज न करता. मग सारे तिला घेरतात.]

**एक :** हाड साली, रांड. वेश्या पत्करल्या, पैसे कमावण्याकरता त्या असली कामं करतात, नाही तर ही. तिथे नवरा कोणाच्या बंदुकीच्या गोळीचा निशाण बनत असणार आणि इथे ही शत्रूशी इष्क करतेय. सांगतो ना; झोपायचं असेल तर माणसाने कुत्र्याशी झोपावं. कधी दगा देणार नाही. तिथे अल्लाउद्दिन हिच्यासारख्या लाखो बायकामुलांना स्वातंत्र्य मिळवायसाठी लढतोय, आणि ही काहीही लोंबकळलेलं दिसलं तर लगेच साडी सोडून तयार. घरी आमची बायको काय दिवे लावतेय कोण जाणे. लढाईला जायच्या अगोदर प्रत्येक सिविलियनचा खून करायला हवा. आपण सगळे सतत मरत आणि मारत असतो आणि त्या काळात हे सिविलियन्स आपल्या एकाकी बायकांचं सांत्वन करत असतात. बघत काय बसला आहात? करा सांत्वन हिचं. बिचारी, अल्लाउद्दिन नाहीए ना? फार एकटी पडत असेल.

[स्ट्रोब आणि सहाजण एकापाठोपाठ सलमावर तुटून पडतात. सहावा तिला छेडत असताना दार जोरजोराने अधीरपणे ठोठावलं जातं.]

**अल्लाउद्दिन :** सलमा, सलमा, दार उघड. माँ, दिलवर दार उघडा. सलमा, घाबरू नको. दार उघड. मी अल्लाउद्दिन, तुझा नवरा परतलोय.

[सहावा सैनिक आपल्या ट्राऊझर्सची बटणं लावतो आणि दार उघडतो. अल्लाउद्दिन एका सेकंदाकरता डळमळतो. संशय आणि संदेहाची छाया त्याच्या चेहऱ्यावर विजेसारखी लखलखते आणि सरते.]

मेरे यार, मेरे भाई, सलाम वालेकोम.

[तो सगळ्या सैनिकांना मिठी मारतो. सलमा तोंडावर बुरखा ओढते.]

**एक शिपाई :** दारावर कोणाची थाप आहे ह्याची एक मिनिट आम्हाला खात्री नव्हती. म्हटलं भरले दिवस. पाक्यांनी गाठलं शेवटी. मग तुझा नेहमीचा अधीर, झपाटलेला आवाज आला आणि घशाशी आलेला प्राण माघारला.

**दुसरा शिपाई :** काय योगायोगाची गोष्ट आहे. तो पाकिस्तानी शिपाई तुझ्या घरी शिरत असताना नेमकं आम्ही तुझ्या घरापाशी असावं. तिथल्या तिथे चिरडलं त्याला. ताजी खबर काय आहे? आसपासच्या सगळ्या पाकिस्तानी सैन्याला कबजात घेतलंय का अजून काही राहिले आहेत?

**अल्लाउद्दिन :** अल्लाची मेहेरबानी आहे. जवळपास तरी एकही सुटा पाकिस्तानी नाही. पुढचा सोमवार येऊ दे. जास्तीत जास्त शनिवार. पूर्व पाकिस्तानचा नामोनिशाण रहाणार नाही. फक्त बांगलादेश.

**एक शिपाई :** त्या दिवशी ज्या कोणी पाकिस्तानी वा आपल्या लोकांनी आपल्या भाऊ-बहिणींचा छळ केला आणि आपली जमीन उद्‌ध्वस्त केली त्यांचे रस्त्यारस्त्यांतून धिंडवडे काढूया.

**अल्लाउद्दिन :** साखर पडो तुझ्या तोंडात. सलमा, तू आपल्या पाहुण्यांची देखभाल केली आहेस ना? एक, एक सिंहाचा बच्चा आहे आणि माझा जिगरी दोस्त. त्यांच्यासाठी प्राण द्यायला तयार आहे मी आणि माझ्यासाठी ते.

**सलमा :** माझी खातरी आहे. तुमच्या इच्छेनुसार मी त्यांची चांगली देखभाल केली आहे.

**सहावा :** भाभीने पाहुणचारात कसलीही उणीव पडू दिली नाही. आता आम्ही निघतो. मेजर अश्रफांना प्रश्न पडला असेल आम्ही कुठे गायब झालो आहोत. चलो, फिर मिलेंगे.

**अल्लाउद्दिन :** हाँ बांगला देशमें. (ते जातात.) अम्मी कुठे आहे? आणि दिलवर?

**सलमा :** (थंड पडलेल्या राखेतून तिचा आवाज येतो.) विहिरीवर गेल्या आहेत. बराच वेळ झालाय.

**अल्लाउद्दिन :** येतच असतील. उलट आणखीन थोडा वेळ घेतला तर बरंच होईल. नाही तरी तू मला एकटी कधी सापडतेस? खरंच सलमा, किती महिन्यांनी भेटतेस मला? ओ खुदा! सलमा, दररोज रात्री तुझ्या आठवणीने डोकं ठणकायचं आणि साऱ्या शरीरात ठिणगी उडायची. तुला मी परत कधी पाहीन ह्याचीसुद्धा मला आशा नव्हती. आणि आज अचानक तू, माझा बेटा सलीम... सलीम कसा आहे, सलीम? उंच झालाय? चालायला लागलाय? बोलतो? बाबा म्हणतो? माझ्यासारखा दिसतो? सलमा, तू बोलत का नाहीस? तू गप्प का? मी सहा महिन्यांनी परतलोय आणि महिन्यामहिन्याचं एकदम बोलून घेतोय म्हणून भांबावलीस ना?

[तो तिच्या जवळ यायला लागतो. ती दचकून अंग चोरून घेते. तो हसतो. आणि हळूहळू जवळ येत राहतो.]

**अल्लाउद्दिन :** अजूनही लाजतेस? लग्नाची रात्र जाऊन आता अडीच वर्षं होतील. पण तुझ्यात काही फरक नाही. तोच कोवळेपणा, अजूनही नजरेला नजर भिडत नाही. तुला भीती वाटते आहे ना की आई आणि दिलवर परततील. आणि आपल्याला एकमेकांच्या मिठीत पकडतील. पकडू दे. एकदा माझ्या अंगात भरलं की मग मला ना आई, दिलवर वा सारी पाकिस्तानी फौज थांबवू शकत.
[तो तिला मिठी मारतो. बेयोनेट ती त्याच्या पाठीत खुपसते. तो अडखळत पाठीवर पडतो. ती शून्य, किंचित थरथरत उभी राहते. मग बसते. आणि बारा वेळा त्याच्यावर वार करते.]

## तिसऱ्या अंकानंतरचा कोरस

[एका दांपत्याला फ्लडलाइट्स दाराजवळ रुतवतात. कोरस समजूत काढणाऱ्या कुकुल्यांशी बोलणाऱ्या आवाजात 'ना'पर्यंतची वाक्ये बोलतो.]

**कोरस :** ओकारी येते ना, किती किळसवाणं आहे ना हे सारं? घरी सटकायचं म्हणून गुपचूप दारापर्यंत पोहचलात ना? आणि कोरस डोळे फिरवून कानातला मळ काढत बसलाय ना? कसं जाऊ देणार तुम्हाला? नाटक बघायला तुम्ही एवढे पैसे भरलेले. दोन-तीन तासांची करमणूक केल्याशिवाय कसं पाठवणार तुम्हाला? आणि रस्त्यात रात्रीच्या एकातांत तुमच्यावर कुणी हल्ला केला तर आम्हाला कसं वाटेल? झोप येणार नाही आम्हाला. नाटक बघवत नाही, एवढंच ना? आणि दररोज आयुष्यात डोळ्यांसमोर खर्रं खर्रं बघवत नाही ते मुकाट्यानं बघता ना? स्टॅलिनचे पर्जिस, व्हिएतनाममधले युगन्युगं बेचिराख करणारे डेझी कटर्स, सॅच्युरेशन बॉम्बिंग, नामापच्या चिकट आगीने होरपळणारी लाखो मुलं, बायका, बापडे, हिटलरच्या हजार वर्षांच्या थर्ड राइखमधल्या पहिल्या सहा वर्षांतले साठ लाख ज्यूंचे सापळे, भारत-पाकिस्तानच्या विभागणीतील बेफाम कत्तल, बिहार आणि वायाफ्रामधल्या दुष्काळातले लाखो मृत्यू, ६ डिसेंबर १९९३ आणि ६ जानेवारी १९९४ची अख्ख्या भारतात आणि मुंबईत झालेली जालीम कत्तल, रमाबाईनगरातील दलितांची हत्या, नागपुरात विधानसभेसमोर झालेले गोवारींचे निष्पाप मृत्यू, विधिनिषेधशून्यपणे घेतले जाणारे काश्मिरी पंडितांचे बळी, १२ मार्चच्या बॉम्बस्फोटातील छिन्नविछिन्न नागरिक, तेव्हा तुम्हाला ओकारी येत नाही? तेव्हा आकांत करून लोकांच्या कानठळ्या बसवत नाहीत? तेव्हा कोणी हरकत घेत नाही. त्या दिवशी घरी येताना ती भरधाव टॅक्सी एका माणसाला उडवून गेली, आठवतं? निऑनच्या भेसूर प्रकाशात त्याचा

वेडावाकडा देह एक क्षण अधांतरी तरंगला आणि मग खाली कोसळला. पुढची पंचवीस पावलं तुम्ही घाईघाईने घेतली आणि मग घर येईपर्यंत धावलात ना? टॅक्सीचा नंबर आठवला तरी ॲक्सिडेंट विसरलात ना? आणि वर्षोन्‌वर्षे पॅलेस्टियनांची कत्तल होत असताना डोळे झाकलेत ना? पण दूरची उदाहरणं कशाला घ्या. मघाशी त्या भाडेकरू रक्षकांनी तुमच्याच मधल्या त्या बिचाऱ्या निष्पाप माणसाला हाणून नंतर निष्कारण त्याचा खून केला तेव्हा तुमच्यापैकी एकानेही ब्र काढला नाही. पारंपरिक दातखिळी बसली असताना तुमच्यासारख्या लोकांकडून कुठचं शहाणं शासन बोलायचा हक्क हिरावून घ्यायची तसदी देणार? मला दोन रोग आहेत, सांगितलं होतं ना तुम्हाला? पहिल्याचं नाव 'आठवण.' मला विसर नाही आणि तुम्हाला विसरल्याशिवाय राहावत नाही. आणि दुसऱ्याचं नाव किंमत. जगात कोठेही काहीही अभद्र होतं, त्याची किंमत द्यायलाच पाहिजे. सगळ्या दारांना कुलपं लावा. घरी जायची कोणाची आता छाती झाली तर मुस्काटात हाणा. बेयोनेट छातीत भोसका नाहीतर गोट्यात लाथा हाणा. आणि त्या माझ्या नाजूक प्रकृतीच्या दोघांना इथे वर आणा.

अगं बये, लाजू नको. सगळी आपली माणसं. धडधडत्या हृदयांनी चोरून जगणारी. विमेन्स लिबवर तुझा दाट विश्वास आहे ना? तुला पुरुषाबरोबर सगळं फिफ्टी फिफ्टी पाहिजे ना? स्त्री-पुरुषांमध्ये कोणी फरक करू नये ना? मी तरी निश्चित करणार नाही. आता त्या बिचाऱ्या द्रौपदीची साडी फेडली हे फार वाईट झालं. पुरुषांची जातच दळभद्री. बायकांचं पण काही सांगता येत नाही. मला नेहमी संशय येतो की स्टिप-टीझ पुरुषांपेक्षा बायकांनाच जास्त गुदगुल्या करतं. तू पण उभी होतीस ना तिकडे? सुशासनाची बायको ना तू? मग काय झालं? तुझ्या नवऱ्याच्या डोक्यात कुऱ्हाड का नाही घातलीस? का घसा बसला होता तुझा? नाही? जाऊ द्या. जीभ काम देत नाही तर तिला ठेवून तरी काय उपयोग? इवोल्यूशनच्या वाटचालीत एक दिवस माणसाची शेपटी गळली. आणखी प्रगती होईल तेव्हा जीभ पण गळेल. किंमत. नेहमी तोच प्रश्न. जगात कोठेही काहीही घडलं त्याची किंमत कोणाला तरी द्यायलाच पाहिजे.

[बाईवर ओझरता स्पॉटलाइट. एका सुरीचं पातं लखलखतं. कोरसातला एक तिचं तोंड जबरदस्तीने उघडतो आणि जीभ बाहेर काढतो.]

उघडा तोंड तिचं आणि कापा तिची जीभ.

[दिवे जात असताना एक अस्फुट आवाज.]

**[अंक तिसरा समाप्त]**

# अंक चौथा
## प्रवेश पहिला

[हस्तिनापूर. सुयोधन आणि त्याचे भाऊ दरबारात. पाच पांडव आणि द्रौपदी फाटक्या कपड्यात नाहीतर नेहमीच्या वेषात येतात.]

**सुयोधन :** या. या. तुमचीच वाट पाहात होतो. कसा सोन्याचा दिवस आला आहे आज. चौदा वर्षांनी भाऊ भावाला भेटत आहे. सारे कौरव वहिनीसाहेबांचं स्वागत करायला तयार आहेत. बसा. बसा. आम्ही राजे असलो तरी तुमचे भाऊ आहोत. आमच्यासमोर उभं राहण्याची गरज नाही. हॅतिच्या, खुर्च्याच नाहीत. उद्या शिवाजी पार्कवर जंगी सभा आहे. तिथे पाठवल्या असणार. Never mind. भावाभावांमध्ये औपचारिकपणा कशाला? तुम्ही उभे राहिलात तर काय बिघडतंय? आमचा अपमान थोडाच होणार आहे?

**धर्म :** सुयोधना, तेरा वर्षं तुला दिलेलं वचन आम्ही सगळ्यांनी पाळलं. एकदाही अज्ञातवासात आम्हाला कोणी ओळखलं नाही. नाहीतर पुन्हा तेरा वर्षं वनवासाची शिक्षा झाली असती. आम्ही दिलेला शब्द जसा पाळला, तसा तू आणि तुझे बंधू तुमचा शब्द पाळाल, अशी आमची अपेक्षा आणि खात्री आहे.

**सुशासन :** काही म्हण सुयोधना, ह्या लोकांना अज्ञातवास झकास मानवलाय. काय बेफाम टॅन झालीए द्रौपदीची कांती. आणि ते नाक आणखीन रेखीव, आणखीन बाणेदार. आणि हा सोट्या, डोळे दिपतील एवढा सोकावलाय की. मी म्हणतो, ह्या लोकांना अज्ञातवासापासून दूर करण्याचा आपल्याला बिलकूल हक्क नाही. आजपासून त्यांना आपण बेमुदत अज्ञातवास बहाल करूया.

**अर्जुन :** आम्ही तुम्हाला देऊ लागत होतो ते आम्ही फेडून टाकलंय. इंद्रप्रस्थ आम्हाला परत करा.

**सुयोधन :** इंद्रप्रस्थ? इंद्रप्रस्थ. अच्छा, तुमची एकेकाळची राजधानी. तुम्ही गेलात

नि नंतर काय भयानक दशा झाली होती. वाळवंट, बेचिराख, झगझगत्या सूर्यातलं स्मशान, इतकी विराण जागा आणि इतकी मोडकळीस आलेली अवस्था. एखादी महारोग्याची कॉलनी काढणंदेखील अशक्य. साहजिकच तुम्हाला असल्या भयाण जागेत इंटरेस्ट नसणारच हे आम्ही गृहीत धरलं. कोणीतरी बकरा भेटेल आणि जागा विकत घेईल, ह्या आशेवर आम्ही पाच वर्षं घालवली. पण एकही मायेचा लाल आमची मदत करायला पुढे आला नाही. शेवटी कंटाळून चक्क नाइलाजाने त्या ज्यू लोकांना इंद्रप्रस्थ देऊन टाकलं. नाहीतरी वर्षोन्‌वर्षं पाठीस लागले होते की आमचं ज्यू लोकांचं राज्य वसवायला स्वतंत्र जमीन द्या. चांगला धडा शिकू द्या म्हणून इंद्रप्रस्थ त्यांच्या नावे केलं. ते ज्यू पण कमाल. गटारात कमळं उगवायला लावतील आणि रेगिस्तानला नंदनवन बनवतील. बनवलंय. लाख मेहनत करून.

**धर्म :** आमचं इंद्रप्रस्थ आम्हाला परत पाहिजे आहे. तू आणि तुझ्या भावांनी तसा वायदा केला होता.

**सुयोधन :** वायदा केला होता. एखादा प्रियकर आपल्या प्रेयसीशी वायदा करतो तसा? खरंच, किती रोमँटिक आणि बालिश आहात तुम्ही! काळ बदलला, संदर्भ बदलले; धरणीकंपागत राजकीय नकाशे बदलले.

**अर्जुन :** साऱ्या कौरवांनी मिळून यू.एन.ओ.मध्ये वचन दिलं होतं. जगातील इतर राष्ट्रं साक्षीदार आहेत.

**सुयोधन :** मग आता वचन मोडलं म्हणून समज. बघूया तुझी साक्षीदार राष्ट्रं किती तत्परतेने तुमच्या मदतीला धावतात ते. दुसऱ्या महायुद्धात मुसोलिनीने ॲबिसिनीया बळकावलं तेव्हा तुम्ही पांडव मनापासून हळहळलात आणि हेलेसलासीला त्यांच्या संरक्षणाची हमी दिली असताना काखा वर करून आपला स्वार्थ साधलात. तेव्हा हे तत्त्वनिष्ठ चऱ्हाट पुरे.

**धर्म :** सुयोधना, पुन्हा विचार कर. गेली दोन हजार वर्षं इंद्रप्रस्थावर आमच्या पूर्वजांनी आणि आम्ही राज्य केलं. तुम्हाला वचन दिलं होतं म्हणून तेरा वर्षं राज्याचा त्याग केला. आणि आता कुठचंही कारण नसताना तुम्ही कौरव दिलेलं वचन मोडता आहात. तुम्हाला युद्ध पाहिजे. आम्ही तुम्हाला महायुद्ध देऊ.

**सुयोधन :** धर्मा, कित्येक वर्षांनी भेटतोय आपण. किती सांगायचंय, किती ऐकायचंय. तुमच्या असंख्य आणि आगळ्या अनुभवांमध्ये सामील होण्यासाठी मन कसं बेचैन झालंय. पण नाइलाज आहे. आज शक्य नाही. जगातील अस्वस्थता आणि राष्ट्राराष्ट्रांमधले संघर्ष एवढे वाढले आहेत की, शेवटी आम्ही कौरवांनी काहीतरी तातडीने व परिणामकारक करायचं ठरवलंय. आज तो

सोन्याचा दिवस आलेला आहे. हस्तिनापुरात आज जगातील सर्व राष्ट्रं हजर आहेत. आज कौरवांच्या हस्ते The International Conference for Permanent Peaceचं उद्घाटन आहे. ह्या शुभ अवसरी तुझ्या सदिच्छा आमच्याबरोबर असतील, ह्याची मला खात्री आहे. (तो जायला निघतो. मग थांबतो.) एकच गोष्ट. Just a word of friendly advice. इंद्रप्रस्थाशी आता आमचा बिलकूल संबंध नाही. इंद्रप्रस्थाबद्दल जे काही तुम्हाला सांगायचं असेल, ज्या वाटाघाटी करायच्या असतील त्या ज्यू लोकांशी जातीने करणंच योग्य नव्हे का?

[तो परत निघतो.]

**अर्जुन :** सुयोधना.

[सुयोधन थांबतो आणि वळतो.]

**अर्जुन :** वॉर. टोटल वॉर.

**सुयोधन :** (दोन्ही हात आकाशाकडे करतो) सगळी देवाची करणी.

[अंधार]

# अंक चौथा
## प्रवेश दुसरा

[अर्जुन आणि कृष्ण रेल्वे प्लॅटफॉर्मवरच्या बोर्डावर, 'कुरूक्षेत्राच्या युद्धभूमीवर', पाठीमागे पडद्यावर अंधारात छोट्या छोट्या घरगुती आणि अधूनमधून लांबट, पसरट वा बुटक्या वेगवेगळ्या माणसांच्या सावल्या. मधूनच एखादा पहाडी आवाज गाण्याच्या दोनतीन ओळी म्हणतो. कुठेतरी भांगडा चाललेला आहे. पण थोड्या वेळात विचित्र शांतता होते.]

**अर्जुन :** कोणाला वाटेल की पिकनिक आहे, नाही?

**कृष्ण :** पिकनिकच आहे. एक भलंमोठं लांबलचक पिकनिक.

**अर्जुन :** तो भांगडा सुयोधनाच्या तंबूसमोर चालला आहे ना? ह्या अंधारामध्ये कुठचा झेंडा कुणाचा, हेसुद्धा ओळखता येत नाही.

**कृष्ण :** रातआंधळा आहेस तू? भांगड्याचा धांगडधिंगा अश्वत्थाम्याकडे चाललाय. सुयोधनाकडे आज मल्लिका पुखराजबाईची मैफल आहे. आठवत नाही का? आपल्या सगळ्यांना आमंत्रण होतं. पण तू म्हणालास की उद्याची तयारी करायची आहे. बाईचं गाणं मी गावात असताना आजपर्यंत तरी कधीच चुकवलं नाही.

**अर्जुन :** कृष्णा, उद्याच्या धुमश्चक्रीत बाईचं गाणं सुखरूप बाहेर पडेल का रे?

**कृष्ण :** न पडायला काय झालंय? आणि बाई गचकायला लढाईचं निमित्त कशाला पाहिजे? बाई नाही तर बाईची मुलगी असेलच.

**अर्जुन :** तू मुद्दा टाळतोएस ना? ह्या हत्याकांडात कशाकशाचा बळी जाईल, कृष्णा? माणुसकीतील एखादी jene गडप होऊन आपण कोणा राक्षस आणि आसुरी नातवंडांना जन्म देणार आहोत? नकळत, कळत, संभाळता, सावरत, अडखळत, अफाट चुका करत आपल्या पूर्वजांनी आपली संस्कृती आणि आपल्या प्रथा आजवर कमावल्या आणि इथवर आणून सोडल्या. आणि उद्या? सर्व विनाशाचे लोंढे आपण जाणूनबुजून सोडणार.

**कृष्ण :** खरंच किती हृदयाला भिडेल असं बोलून गेलास आणि तेवढंच उथळ. Stop being sentimental. तू अजून शब्दच्छलात वेळ काढणार आहेस का? हळवी मनं मला नेहमीच थोडीशी अश्लील वाटतात आणि त्यांच्या वैचारिक गोंधळाबद्दल किंचित घृणा आणि तुच्छता. हे युद्ध तुझ्या पूर्वजांचं आणि तुला प्रिय असलेल्या संस्कृतीचं रक्षण करण्यासाठी आरंभलं आहेस. ह्याची तुला परत आठवण करून द्यावी लागणार नाही अशी आशा आहे. आता ही फालतू उदात्त बाचाबाची आटोपती घेऊया.

**अर्जुन :** पहिल्या आणि दुसऱ्या महायुद्धाच्या वेळेससुद्धा हीच कारणं दिली गेली होती.

**कृष्ण :** म्हणून ती खोटी ठरत नाहीत.

[सुयोधनाच्या तंबूतून 'अभी तो मैं जवान हूँ' ऐकू येते. दोघेही ऐकत उभे राहतात.]

**कृष्ण :** तू औपचारिक हट्ट केला नसतास तर आपण दोघेही बाईंचं बेफाम गाणं ऐकू शकलो असतो.

**अर्जुन :** अंधारातही तुला दिसतं ना, कृष्णा? सुयोधनाच्या शेजारचा तंबू कोणाचा?

**कृष्ण :** भीष्मांचा.

**अर्जुन :** आणि भीष्मांच्या शेजारचा?

**कृष्ण :** द्रोणांचा.

**अर्जुन :** आणि त्यांच्या शेजारी?

**कृष्ण :** सुशासनाचा.

**अर्जुन :** आणि —

**कृष्ण :** कर्णाचा. आणि त्याच्या शेजारी शकुनीमामांचा. कपटाने आता काही साधणार नाही. आपल्याएवढेच द्रोणाचार्यांचे हेर आपल्या सर्व सैन्यात चौफेर पेरले आहेत. आणि पांडवांचे पाच मारले गेले तर कौरवांशी लढाई करायला एक स्पॅस्टिकसुद्धा उरणार नाही. पण कौरव अनेक, त्यांचे पाचदहा पुढारी मारले गेले तरी काही फरक पडणार नाही.

**अर्जुन :** किती विचित्र बोलतो आहेस, श्रीकृष्णा. कपटाचा विचार माझ्या मनाला शिवलासुद्धा नाही. हे युद्ध होणार नाही आणि झालंच तर माझ्या मृत देहावर मी माझ्या नातेवाइकांचं रक्त सांडू देणार नाही.

**कृष्ण :** तू थकलायस. चल. जाऊन आराम कर. उद्या निर्णयाचा दिवस खरा. पण हार किंवा विजय ह्यांचा निकाल आज रात्री तुझी मन:स्थिती लावणार. रात्र वैऱ्याची आहे. अर्जुना, स्वत:ला सावर.

**अर्जुन :** मला धनुष्याला बाण रोवायला कोणी शिकवलं माहीत आहे, श्रीकृष्णा?

द्रोणाचार्यांनी. मला आणि धर्मराजाला एम.आय.टी.ला कोणी पाठवलं माहीत आहे? भीष्मांनी. मला गुप्तरोग झाला तेव्हा गुपचूप डॉक्टरकडे कोण घेऊन गेलं माहीत आहे? सुयोधन. त्या तिथे पडलेल्या तळातल्या प्रत्येक इसमाला मी काही लागू आहे. आणि ते मला आणि माझ्या भावांना लागू आहेत. पण मी लढायला तयार नाही ह्याला कारण ते नाही. खरं सांगायचं तर देवघेव, द्वेष, कपट, चांगुलपणा ह्या ऋणानुबंधाहून मोठं कारण संसारात नाही. तुला तात्त्विक कारणं लागत असतील तर तीसुद्धा आहेत. कौरवांशिवाय पांडव अपुरे आणि पांडवांशिवाय कौरव थोटके. We compliment each other ẞeerke=â<Cee, because we are each other. In turns and simultaneously. ह्यापूर्वीची युद्धं किती सोपी होती! प्रत्येक शत्रुपक्षात काही मेले, काही राहिले. पण हायड्रोजन बॉम्बनं ते सारं बदललं. संहार, विध्वंस हे शब्द किती पौराणिक वाटतात पण न्यूक्लिअर वॉरफेअरने ते सगळे समकालीन केले आणि वर्तमानात आणले. ह्या महायुद्धानंतर काय उरणार, श्रीकृष्णा? शून्य आणि माया पण उरणार नाहीत. आणि जरी पांडव उरले तरी कोणाशी भांडणार? कोणावर प्रेम करणार?

**कृष्ण :** द्रोण, भीष्म ह्या थोरांची नावं घेतलीस बरं केलंस. भर दरबारात द्रौपदीची लाज काढताना ह्या गुरुवर्यांची लाज कुठे शेण खायला गेली होती? युद्धाला कारणीभूत कोण आहे, याची तुला आठवण करून द्यायला लागेल असं वाटलं नव्हतं. पट खेळताना कौरवांनी तुम्हाला हरवलं. कपटाने आणि खोट्या फाशांनी. अज्ञातवासातून परतल्यावर आपली वचनं आणि वादे फेटाळून लावले ते कौरवांनी. ह्या सगळ्या महाभारताचं कारण कौरव. हात उगारला त्यांनी. आता पांडव करतील ते न्याय्य.

**अर्जुन :** (संपूर्ण हादरलेला पण अगदी हळू आवाजात आणि अनाटकीपणाने) Oh God! जगातले प्रथम कारण तू ना रे? अरे, जगातल्या सगळ्या कृत्यांचा कर्ताकरविता तूच ना?

**कृष्ण :** हॅट्स ऑफ अर्जुन! स्वत:बाबत मला एक खुलासा करायचा आहे. जेव्हा जेव्हा जगातली पापं प्रमाणाबाहेर जातात तेव्हा तेव्हा मी भूतलावर उद्भवतो. आता एक-दोन तुझ्या हिताच्या गोष्टी. जगात पुढारी जेव्हा जन्मतात तेव्हा ध्येय, धोरणं आणि विजन घेऊन जन्मतात. सामान्य जनतेला ही दृष्टी आणि आवाका पेलवत नाही. तरीही ती शिवाजी, गांधी वा लेनिनला आपलं सर्वस्व अर्पण करते. आणि त्याच हिशेबाने पुढारी वा नेता आपलं खाजगी व्यक्तिमत्त्व गमावून एक अफाट जबाबदारी पत्करतो. नेता हा तुझा धर्म आहे, अर्जुना. त्याला झिडकारता

येत नाही. आणि सर्वांत महत्त्वाची गोष्ट म्हणजे धर्माचं पालन फळाची अपेक्षा न बाळगता करावं लागतं. एकदा काम हाती घेतल्यावर परिणामांचा विचार माणसाला फक्त दिङ्मूढ करतो. ऊठ.

**अर्जुन :** फळाची अपेक्षा बाळगायची नसेल तर कौरवांचा विजय होवो वा पांडवांचा, ह्याला काहीच महत्त्व नाही. मग ह्या परस्पर हत्येसारखी निष्फळ गोष्ट नाही. आपण जीवनात ज्या भूमिका घेतो किंवा ज्या आपल्यावर लादल्या जातात त्या आपला धर्म आखतात. मग सुयोधनाचा धर्म आम्हा पांडवांना कुठल्याही तऱ्हेने नष्ट करण्यात आहे, हे ओघाने आलं ना? मग सत्य आणि असत्यामध्ये काय फरक राहिला?

**कृष्ण :** एवढाच की survival is truth. The rest is irrelevant. तुला ॲन्हुइचं 'बेकेट' आठवतं? ज्यामध्ये बेकेट दुसऱ्या हेन्रीला सांगतो, 'We must only do absurdly, what has been given to us to do, right to the end. That's it.' हीच तर भगवद्‌गीता.

**अर्जुन :** हे खरं नाही. श्रीकृष्णा, फक्त एकदा म्हण की हे खरं नाही. मला सांग, कितीही ॲब्झर्ड असलं आणि त्यामुळे पांडवांचा संहार होणार असला तरी मला सांग की, हे करण्याशिवाय गत्यंतर नाही, हे खरं नाही. माझा धर्म मला जे ॲब्झर्ड करायला सांगतो त्याच्याविरुद्ध मी वागू शकतो.

**कृष्ण :** केव्हातरी, आज ना उद्या, तुला प्रौढ व्हावंच लागणार. त्या क्षणापासून जे काही तुला करणं भाग आहे ते तुझ्याकडून सहज पार पडेल. कारण ते केल्यावाचून इलाज नाही.

**[अंधार]**

## अंक चौथा
## प्रवेश तिसरा

[लढाईचा धुमाकूळ. अचानक द्रोणाचार्य आणि अर्जुन सामोरे येतात. उगारलेली तलवार अर्जुनाच्या हातात थिजते. द्रोणाचार्यसुद्धा थांबतात. अर्जुन द्रोणाचार्यांच्या पायाला हात लावून हात आपल्या डोक्यावरून फिरवतो.]

**द्रोणाचार्य :** तुझ्या कामात तुला यश मिळो. दीर्घायू हो, अर्जुना. ऊठ. कसं चाललंय तुझं?

**अर्जुन :** चाललंय, पण त्याला मी कारणीभूत आहे, याबद्दल मला शंका आहे.

**द्रोणाचार्य :** कोड्यात बोलण्याची ही वेळ नाही.

**अर्जुन :** मग सांगा तुम्ही मला, तुम्ही माझे द्रोण, द्रोणाचार्य, गुरू, गुरुवर्य, ह्या युद्धात तुम्ही सामील कसे? ह्या माथेफिरू वैफल्यात तुम्ही शत्रुपक्षाचे सरसेनापती कसे? उजवं, डावं, डोळस, आंधळं ह्यातला फरक तुम्ही मला शिकवला.

**द्रोणाचार्य :** एरोडायनॅमिक्सची सूत्रं मी तुला शिकवली.

**अर्जुन :** हिपॉक्रेटिसची ओथ तुम्ही मला शिकवली. मूल्यांचा अर्थ शिकवलात.

**द्रोणाचार्य :** फिशन बॉम्बचा फॉर्म्युला तुझ्या नकळत तुझ्या अचानक हाती लागला... तेव्हा मी तुझे डोळे उघडले.

**अर्जुन :** तेरा वर्षांच्या वनवासानंतर निर्दोष पांडवांना उद्ध्वस्त करायला कौरवांनी हे युद्ध योजलं. ह्या भाऊबंदकीला आळा घालण्याऐवजी तुम्ही त्यांच्या विकृतीस तुमच्या मानाचा आणि नेतृत्वाचा शिक्का दिला.

**द्रोणाचार्य :** बायलॉजिकल वॉरफेअरमधील विध्वंसाच्या आवाक्याची मी तुला कल्पना दिली.

**अर्जुन :** द्रोणाचार्य, शब्दांशी खेळू नका. कुरूक्षेत्रावरील ह्या जित्याजागत्या ज्वलंत नरकाला तुमचा एक शब्द आटोपता घेऊ शकेल.

**द्रोणाचार्य :** तो शब्द मी टाकणार नाही हा मुद्दा अलाहिदा. पण जरी मी टाकायला तयार असतो तरी कौरव हे युद्ध जिंकल्याशिवाय थांबणार नाहीत हे तू जाणून आहेस.

**अर्जुन :** सत्य स्थिती जाणून तुम्ही तो शब्द पणाला लावणार नाही? पांडवांच्या शत्रूची तुम्हाला एवढी कदर?

**द्रोणाचार्य :** त्यात आश्चर्य वाटण्यालायक काय आहे? कौरवांच्या बदली मी पांडवांकडे नोकरीला असतो तर तेवढ्याच सातत्याने आणि वफादारीने मी काम केलं असतं. मूल्यांची आणि औचित्याची जबाबदारी माझी नाही. हे स्पेशलायझेशनचं युग आहे. काही लोक पॉलिसीज् ठरवतात, काही लोक त्यांची अंमलबजावणी करतात. मी टेक्नोक्रॅट आहे आणि माझ्या क्षेत्राच्या लक्ष्मणरेषा ठळक आखलेल्या आहेत. तुला अ‍ॅल्बर्ट स्पिअर आठवतो? हिटलरचा आर्मामेंट मिनिस्टर. मी जगातल्या सर्व स्पिअरांचा जनक आहे. स्वस्तिकाला पाहून स्पिअरचा ऊर कधीच भरून आला नाही. त्याची किक टेक्नॉलॉजी होती. हिटलरने त्याला नोकरी दिली, हे निमित्तमात्र. त्याचा खरा धनी त्याचा पेशा. ब्रिटिश आणि अमेरिकन बॉम्बर्सनी सारी सारी जर्मनी बेचिराख केल्यावर स्पिअरने आर्मामेंट प्रॉडक्शन पहिल्यांदा दुप्पट आणि मग तिप्पट वाढवलं. बस. आपली कामगिरी चोख बजावण्यात त्याच्या जीवनाचं सार्थक झालं.

**[अंधार]**

## अंक चौथा
## प्रवेश चौथा

[अर्जुन आणि कृष्ण. समोर जमलं तर पडद्यावर कर्ण रथाच्या रुतलेल्या चाकाला खांदा लावून वर काढायचा प्रयत्न करत आहे.]

**अर्जुन :** कृष्णा, थांबव रथ. कर्णाचा रथ त्या चिखलात रुतलाय. म्हणून एक- दोन मिनिटं उसंत तरी मिळेल. (थोडा वेळ गप्प राहतो.) फक्त उसंत ना, कृष्णा? वेळ आहे तोवर मला सगळ्यांचा निरोप घेऊ दे. द्रौपदीला सांग की तिला मी मोठ्या तोऱ्यात सांगितलं होतं की तिच्या अपमानाचा मी बदला घेतल्याशिवाय राहणार नाही म्हणून. त्या आश्वासनासाठी मी अपुरा पडलो, त्याबद्दल मला शरम वाटते. पण तिला तोंड दाखवावं लागणार नाही, ह्याबद्दल देवाचे आभार आहेत. माझ्याबरोबर माझी शरमसुद्धा आटपेल. माझ्या भावांना सांग की माझ्याबद्दल खेद करू नका. त्यांना म्हणावं की आम्हा दोघांमधला श्रेष्ठ योद्धा जिंकला. युद्धाच्या पुढील वाटचालीबद्दल मी फालतू सल्ला देण्यात काहीच अर्थ नाही. आईला माझा नमस्कार दे. तुझा निरोप कसा घेऊ, कृष्णा? तुझं छत्र आजवर मिळालं ह्यातच माझ्या जीवनाचं सार्थक आहे.

**कृष्ण :** अजूनही ते छत्र तुझ्या डोक्यावर आहे.

**अर्जुन :** (स्वत:शी हसतो) अरे, कर्णाची कवचकुंडलं त्याच्याशी लबाडी करून लुटली म्हणून का मी त्याला ह्या द्वंद्वामध्ये हरवणार आहे? ऑलिंपिक्समध्ये जाती आणि वर्णभेदाचं निमित्त देऊन मी त्याला बाहेर ठेवला त्याला कारण एकच होतं ना? कारण मला संपूर्ण खात्री होती की कर्णाच्या पुढे माझं कधीच निभावायचं नाही.

**कृष्ण :** तुझी वायफळ बडबड बंद कर आणि बाहू स्थिर करून ताण धनुष्य. तुझा डोळस बाण थेट कर्णाच्या काळजाला छेदून बाहेर पडू दे.

**अर्जुन :** कर्ण खाली आपला रथ सावरताना त्याच्यावर वार करू? अजून तरी माझी नीती आणि लाज एवढी मी गहाण ठेवली नाही.

**कृष्ण :** त्यांना गहाण ऑलिंपिक्सच्या वेळीच ठेवलं होतं. तो उठायच्या आत घे नेम आणि सोड बाण.

**अर्जुन :** तू? कर्ण बेसावधपणे माझ्या राजधर्मावर विश्वास ठेवून आपल्या रथाला खांदा देत असताना त्याला मारायला सांगतोस? तू? आणि तू म्हणालास जेव्हा जेव्हा ह्या संसारातल्या पापाचे घडे भरतात तेव्हा तेव्हा तू पृथ्वीवर अवतरतोस. नरो वा कुंजरो वा, हा सूर्य हा जयद्रथ! खरंच, देव जेव्हा अवतरतो तेव्हा माणुसकीला कोण वाचवणार?
[अर्जुन बाण सोडतो.]

[अंधार]

# अंक चौथा
## प्रवेश पाचवा

[अर्जुन आणि कृष्ण]

**कृष्ण :** तू बोलायचीच खोटी आणि हे युद्ध तत्काळ संपवता येईल.

**अर्जुन :** गेली पाच वर्षं आपण लढत आहोत. जास्तीतजास्त साठ दिवसांनी काही फरक पडणार नाही. आणखीन दोन महिन्यांत, जास्तीत जास्त अडीच, सगळ्यांना शरण आल्याशिवाय गत्यंतर नाही. व्हिएतनाम, जपान, साऊथ आफ्रिका, सारे.

**कृष्ण :** काळ. काळ. सदान्कदा निसरडा काळ आणि प्रत्येक क्षण आपल्या शेकडो तरुणांना धुळीस मिळवत आहे. एवढे मारले गेले आहेत तरी तुझं समाधान झालेलं नाही. अठरा आणि वीस वर्षांची मासूम पोरं. अजून जवानीची चटकसुद्धा लागलेली नाही आणि त्यांना हजारो मैलांवरून एक अर्जुन पांडू नामक चिफ ऑफ स्टाफ आणखीन साठ नाहीतर पंचाहत्तर दिवस बेधडक बेसुमार मरत राहा नाही तर हात, पाय, अर्ध मुंडकं, कंबर आणि जे सापडतील ते अवयव गमवत राहा, अशी आज्ञा देत आहे.

**अर्जुन :** सगळं कबूल, सगळं कबूल. पण लढाई संपल्यावर जेव्हा वॉर क्राइम्स, ट्रायब्यूनलच्या समोर तुला आणि मला उभं रहावं लागेल, तेव्हा काय उत्तर देऊ मी? की होय, होय मी माझं डोकं ठिकाणावर असताना, माझी पाचही इंद्रियं काम देत असताना, माझी अक्कल शाबूत असताना, जाणूनबुजून जगात सर्वांत पहिल्यांदा सर्वनाशाचा शिरस्ता घातला आणि पुढील पिढ्यांना व्यापक आणि संपूर्ण संहाराची मुभा दिली?

**कृष्ण :** मूर्ख आहेस. विजेते वॉर क्राइम ट्रायब्यूनल्स योजतात. हरतो तो गुन्हेगार. विजेत्याची उलटतपासणी वा छाननी कोणीही करू शकत नाही. जयाची

व्याख्याच ही आहे. करीन ती पूर्व. तू अजून शब्दच्छलात वेळ काढणार आहेस का आपली संस्कृती आणि देशाच्या हजारो जवान त्रात्यांना वाचवणार आहेस? अर्जुना, न्यूक्लिअर बॉम्बला पर्याय नाही. उचल टेलिफोन, दे आज्ञा आणि नवीन वस्तुस्थिती जागृत कर.

**[अंधार]**

# अंक चौथा
## प्रवेश सहावा

[भयानक कर्कश लढाईचा धुमाकूळ. जवळ जवळ एक मिनिट सतत सारा हॉल हादरेल एवढा वाढत्या प्रमाणातला आवाज. मग अचानक अगदी शून्य शांतता. अर्जुन स्टेजच्या मधे कासावीसपणे गुडघ्यावर कोसळतो. दोन्ही हातांनी आपले कान गच्च धरतो आणि वेड्यासारखा डोके हलवतो.]

**अर्जुन :** थांबवा, थांबवा, थांबवा. ह्या शांततेने माझे कान फुटणार.

[कृष्ण येतो. हलकेच हाताने अर्जुनाला उठवतो. पाठीमागे पडद्याकडे बोट दाखवतो. दूर दूरवर पहाटेचा तांबूस उजेड.]

**कृष्ण :** पाहा अर्जुना, पाहा. अरुणोदय पाहा.

[अर्जुन पाहतो. अर्धा मिनिट स्तब्ध. मग त्याच्या तोंडावर एक अतिशय फिकट, अनाटकी पण गैरसमजास जराही जागा न देणारी शिसारी आणि औदासीन्य येते. तो आपला हात कृष्णापासून दूर करतो.]

**अर्जुन :** नाही, कौरवांना अग्नी देत आहेत.

[तो जसजसा स्टेजवरून जायला लागतो तसतसे 'नैनं छिंदन्ति शस्त्राणि'चे बोल ऐकू येतात.]

### [अंधार]

# अंक चौथा
## प्रवेश सातवा

[आपल्या नातवाला गोष्ट सांगणारी, डोळ्यांवर रुमाल बांधलेली आजीबाई नातवाला सोडून स्टेजच्या मध्यावर येते. पाठीमागे पडदा तांबूसलेला. 'नैनं छिंदन्ति...' अंधूक ऐकू येत आहे.]

**गांधारी :** कृष्णा... कृष्णा...

[कृष्ण तिच्या जवळ येतो.]

**कृष्ण :** काय पाहिजे, गांधारी?

**गांधारी :** एक खांदा पाहिजे रे, कृष्णा. भला मोठा लांबलचक शंभर खांद्यांएवढा खांदा. केवढं रडायचंय मला. रडून रडून मी वाहून जाईन एवढं रडायचंय मला. [कृष्ण गांधारीला मिठी मारायला जातो. ती आपल्या डोळ्यांवरचा रुमाल काढायला लागते.]

**कृष्ण :** गांधारी, गांधारी, हे काय करते आहेस तू? दीडशे वर्षं तू आपल्या नवऱ्याशी आणि निश्चयाशी इमान राखलंस, लग्नमंडपात डोळे उघडून जेव्हा आपल्या नवऱ्याला पाहिलंस तेव्हा धृतराष्ट्राच्या अंधारात तू पहिल्यांदा अडखळलीस. जीवनाने आपल्यावर एवढा घोर अन्याय करावा, ह्या कल्पनेने तेजस्वी, करारी आणि खेळकर गांधारीचा तोल क्षणभर गेला. क्षणभर फक्त. मग संतापाचं आणि विश्वासघाताचं विष तू कोळून प्यालीस. ब्लॅकआऊट! जाणूनबुजून तू आपल्या नवऱ्याच्या काळोखात एकजीव झालीस. सती सावित्रीला शरमिंदा करेल, असं तुझं पातिव्रत्य प्रत्येक हिंदू स्त्रीची आकांक्षा आहे. आयुष्याच्या संधिप्रकाशात कुठे आता तुला ह्या कृतघ्न, भयाण, तुटपुंज्या जगाला बघायची दुर्बुद्धी झाली आहे?

**गांधारी :** खुळी, निरंतर खुळी, कोडगी खुळी. माझ्या आयुष्यात काही महान, खरोखरीच दैवी असेल तर तो माझा क्षुद्र, जिद्दी, वांझोटा मूर्खपणा. स्त्रीजातीची

जर मी प्रतीक असेन तर ह्या एका गोष्टीत — दुसऱ्यांचा सूड स्वत:वर काढायचा. आपत्ती नसेल तर ती निर्माण करायची आणि मग त्या कोत्या, फसव्या, स्वार्थत्यागात स्वत:चं सार्थक झाल्याचा दिलासा द्यायचा. बायका डोळ्यांवर झापडं ओढतात स्वेच्छेने, हट्टाने. त्यात पुरुषांचा तरी काय दोष? ते धन्य धन्य म्हणतात आणि बायकांच्या पाठीत आणखी एक लाथ घालतात. तेजस्वी, तडफदार, मानी गांधारी, तू म्हणालास. तोंड बघा. मान आणि अपमान ही काही आयुष्यातली चिल्लर नाही, की उठल्यासुटल्या त्यांना उधळता येतं. एका आंधळ्याशी लग्न करून माझी फसवणूकच केली गेली ना? फसवणुकीचा खरा संताप असता तर माझी बोटं माझ्या वडिलांच्या डोळ्यांत रोखून आणि माझी अंगठी धृतराष्ट्राच्या नाकपुडीत अडकवून मी लग्नमंडपातून बाहेर पडू शकले असते किंवा जे घडलं होतं त्याचा धीराने आणि मानाने स्वीकार करून मी डोळस जगू शकले असते आणि राज्य करू शकले असते. पण मग नवरा आंधळा म्हणून गांधारी आंधळी ह्या महाथोतांडाला कोणी जन्म दिला असता? शंभर वर्षं सतत तो आंधळा माझ्या बिछान्यात कडमडायचा आणि दररोज त्वेष, घृणा, तिरस्कार ह्यांच्या मंथनातून साऱ्या जगातलं सर्वांत जालीम जहर माझ्या झाकलेल्या डोळ्यांत थेंबायचं. शेवटी एके दिवशी विषाचीदेखील चटक लागते. एखादे दिवशी धृतराष्ट्र आला नाही तर माझं सारं अंग वासनेनं होरपळून जायचं. मी डोळे उघडू शकले असते, पण मी ते मिटले. एका पाठोपाठ एक माझी शंभर लाडकी, खुळी मुलं एवढ्या एकाग्रतेने मृत्यूच्या पाठी लागली असताना फक्त मी त्यांना थांबवू शकले असते. आणि तरी तू माझ्या मुलांना अजून अग्नी देत असताना माझ्याबरोबर मांजर-उंदीर खेळतोएस. माझ्या आंधळेपणाने माझी शंभर मुलं मेली रे, कृष्णा. कृष्णा, कसं फसवलंस रे तू आम्हाला. सगळ्या सगळ्यांना. वेड्या दुर्योधनाला, माझ्या इतर वेड्या पोरांना, माझ्या खुळ्या नवऱ्याला, मला आणि त्या नालायक बिचाऱ्या पांडवांना. ज्यांच्या वाट्याला फक्त हा विराण रक्तबंबाळ संहार येणार. झालं गेलं जाऊ दे. कृष्णा, काय उरलंय आता? एक फक्त शेवटची क्रिया. जिच्यामुळे माझी सारी पापं धुऊन निघतील, माझ्या जीवनाला अर्थ येईल. त्यामुळे माझी गेलेली मुलं माघारी येणार नाहीत. पण मी येत्या सर्व पिढ्यांना वाचवीन. मी देवाला मारणार, कृष्णा, एकदाच, शेवटचं. माझ्या डोळ्यांवरची झापडं काढून माझी नजर तुझ्यावर रोखीन. माझी वर्षोन्‌वर्षं डिस्टिल होत असलेली दृष्टी तुझी क्षणात राख करेल.

**कृष्णा :** खरंच गांधारी, उघड तुझे लक्षावधी सूर्याहून तेजोमय डोळे आणि माझी राख कर. बघ गांधारी, तू बोलून गेली आहेस. आता शब्द माघारी घेऊ नकोस.

एकदाचे, शेवटचे माझे अनंत काळापासूनचे भोग आटप. आता माझा अंत पाहू नकोस. तुझ्याशिवाय ह्या साऱ्या विश्वात माझ्यावर एवढी अमाप मेहेरबानी करण्याची कोणाचीही शक्ती नाही. मी सारा जन्मभर, नाही सारं मरणभर तुझा ऋणी राहीन. वेळ नको काढूस गांधारी. काय सांगू तुला मी आई, देव किती एकाकी आहे. साऱ्या जगाच्या जबाबदारीने माझे खांदे खचले आहेत. देव झालो म्हणून काय झालं? किती सोसायचं एकट्याने? कोणाला सांगू माझं दु:ख? प्रत्येक वेळी माणूस मरतो तेव्हा माझा एक अंश मरतो. आई म्हणून तू हक्कानं तुझ्या शंभर मुलांचा शोक करतेस. पण माझ्या पोरकेपणाचा आवाका तुला कसा समजावू? प्रत्येक कौरवाबरोबर मी मृत्यू पावलो. हे चक्र मी किती युगं फिरवायचं? किती युगं मी ह्या घाण्याला राबायचं? आई, तुझ्या कुशीत मला मुक्ती दे गं. खरंच आई.

**गांधारी :** कृष्णा, कृष्णा, माझ्या लाडक्या, काय अभद्र बोलतोएस रे हे. कुठून मला दुर्बुद्धी झाली आणि काय बरळत सुटले मी. तुझ्याशिवाय कोण आमचा पाठीराखा? तुझ्याशिवाय कोणाचा दुवा आम्हाला? तुझ्याशिवाय कोणावर श्रद्धा ठेवायची आम्ही? चांगल्या-वाइटामधला फरक आम्हाला कोणी समजवायचा? ये रे माझ्या कृष्णा, किती क्षीण आला आहे तुला. ये झोप थोडा वेळ माझ्या कुशीत.

## चौथ्या अंकानंतरचा कोरस

**कोरस :** Oh, God, I too had a dream, me, the chorus. खुळा खुळा खुळा मी. आजवर एकदाही स्वप्न पाहायची मी स्वत:ला मुभा दिली नाही. पण माणसात राहून मीसुद्धा स्वप्नांना बळी गेलो. मला वाटलं, गांधारी साऱ्या मानवजातीला देवापासून वाचवेल. देवाचा नायनाट करेल. कधीही कोणी माणूस परत देवाच्या कचाट्यात येणार नाही.

खुळा खुळा खुळा मी. गांधारी आयुष्यभर फसत आणि फसवत आली. ह्याबद्दल तिला मी कोण दोष देणार! तिन्हीसांजा डोळ्यांत तेल घालून मी स्वत:वर कडक नजर ठेवली तरी शेवटी फसलोच ना? देवाने गांधारीच्या शंभर मुलांच्या ताज्या मृत देहांसाक्षी तिला उल्लू बनवलं ह्यात नवल ते काय? जोपर्यंत देव शब्दांशी खेळू शकतो, तोपर्यंत त्याला आपल्या जीवांशी खेळण्यापासून कोण थांबवणार? एक वेळ देवाला मारणं शक्य आहे. पण माणसांना मूर्खपणापासून अलग करता येणं शक्य नाही.

बस्स! खेळ खतम. नाटक संपलं. खोटं खोटं महाभारत आटोपलं. आता फक्त दारं उघडायची राहिली आहेत. तुमचं आणखी एक मिनिट घेऊ का?

नाटकाकरता तुम्ही पैसे भरले. आता माझ्याकडून एक मिनिट फ्री. फक्त एक
मिनिट. खरं खरं. एक. फक्त एक. थँक यू!

काय म्हणाला तो अर्जुन? ''देवा मी लढणार नाही. माझ्या भावांचा वध मी
करणार नाही. आपल्या बांधवांना मी मारणार नाही. माणूस सोडून जे कुठचाही
दुसरा प्राणी करू शकत नाही ते मी करणार नाही. देवा, ही लढाई होणार नाही.''
आणि तुम्ही? तुमच्यातला एक मायेचा पूत, एक हरीचा लाल, बस्स एक तरी
त्याला पाठिंबा द्यायला, त्याच्या थोर अफाट, अचाट बंडाला हातभार लावायला
उभा राहिला का? आणखीन एक, फक्त एक दुबळा, अस्फुट, अंधूक
protesting आवाज जरी आला असता तरी माझं काम संपलं असतं. ह्या
कोट्यवधी मृत देहांमध्ये एक आशेचा अंकुर जागला असता. झालं गेलं जाऊ
द्या. पण किंमत! तुमचं पण हे वाक्य तोंडपाठ झालंय ना? जगात कोठेही काहीही
घडतं त्याची किंमत कोणालातरी द्यायला पाहिजे, हे तुम्हाला पटतं ना? होय
ना? बस्स, एवढंच ऐकायचं होतं मला. तुम्ही जर बघून न बघितल्याचा आव
आणू शकता, तर मी तुमच्याकडून होय ऐकलं नाही तरी ऐकल्याचा भास करून
घेऊ शकतो.

आता आपले कपडे उतरवा. लाज वाटण्याची जरुरी नाही. नाहीतरी एवढी हजारो
वर्षं वाटली नाही, काय काय भयानक चाललं असताना! तर आता उगाच
कशाला ढोंग करा. ह्या घाण, गचाळ, विकृत नाटकातून केमिकल अंघोळ
करूनच बाहेर जा. ओ.के. ओपन द गॅस चेंबर टॅप्स.

खुदा हाफिज! फिर मिलेंगे!

[कोरस आणि त्याचे साथीदार गॅस मास्क्स चढवतात. पांढरा धूर हॉलभर
पसरायला लागतो.]

**[समाप्त]**